കുചേലവൃത്തം

Kuchelavritham
Stories

P K Sreevalsan

CHINTHA PUBLISHERS
Thiruvananthapuram

First Edition
February 2021

Second Impression
January 2022

Typesetting & Published
Chintha Publishers, Thiruvananthapuram

Printed at

Cover Design & Illustration
Subin Abraham

ISBN : 978-93-90301-36-2

CO - 2975 / 5782

Email: chinthapublishers@gmail.com
Website: www.chinthapublishers.com

A vertion is available at National Libraries
Kolkata, Mumbai, Chennai and Delhi

Distribution
DESHABHIMANI BOOKHOUSE
H O Thiruvananthapuram 695035

Branch
Head Office Kunnukuzhi • Statue Thiruvananthapuram
KSRTC Bus Terminal Thampanoor • Saphalyam Complex Thiruvananthapuram
KSRTC Bus Station Alappuzha • KSRTC Bus Station Ernakulam
Machingal Lane Thrissur • IG Road Kozhikode
Mavoor Road Kozhikode • NGO Union Building Kannur
Central Bus Terminal Complex Thavakkara Kannur

കുചേലവൃത്തം

(കഥകൾ)

പി കെ ശ്രീവത്സൻ

ചിന്ത പബ്ലിഷേഴ്സ്
തിരുവനന്തപുരം-695 035

പി കെ ശ്രീവത്സൻ

കാസർകോഡ് ജില്ലയിലെ പിലിക്കോട് ഗ്രാമത്തിൽ ജനിച്ചു. അച്ഛൻ: പി കുഞ്ഞമ്പുനായർ. അമ്മ: പി കെ സാവിത്രി അമ്മ. പുത്തിലോട്ട് എ യു പി സ്കൂൾ, ചെറുവത്തൂർ ടെക്നിക്കൽ ഹൈസ്കൂൾ, തിരൂർ എസ് എസ് എം പോളിടെക്നിക് കോളേജ്, തൃശ്ശൂർ ഗവ. കോളേജ് ഓഫ് എഞ്ചിനീയറിങ്, മൈസൂർ എസ് ജെ കോളേജ് ഓഫ് എഞ്ചിനീയറിങ് എന്നിവിടങ്ങളിൽ വിദ്യാഭ്യാസം. സിവിൽ എഞ്ചിനീയറിങ്ങിൽ ബി ടെക് ബിരുദവും എൻവയോൺമെന്റൽ എഞ്ചിനീയറിങ്ങിൽ എം ടെക് ബിരുദവും.
കേരളവാട്ടർ അതോറിറ്റിയിൽ അസിസ്റ്റന്റ് എക്സിക്യൂട്ടീവ് എഞ്ചിനീയറായി ജോലി ചെയ്യുന്നു. അസോസിയേഷൻ ഓഫ് കേരള വാട്ടർ അതോറിറ്റി ഓഫീസേഴ്സിന്റെ (അക്വ) സംസ്ഥാന സെക്രട്ടറിയാണ്. മലയാളത്തിലെ പ്രമുഖ ആനുകാലികങ്ങളിൽ രചനകൾ പ്രസിദ്ധപ്പെടുത്തിയിട്ടുണ്ട്. സാഹിത്യം, സിനിമ, നാടകം, ചിത്രകല എന്നിവ സംബന്ധമായും എഴുതാറുണ്ട്.
കൃതികൾ: രചനയും സംവിധാനവും, ദൈവം എഴുതിയത് (കഥകൾ), *സഞ്ചാരികളുടെ വീട്* (നോവല്ല).

വിലാസം : പാർവതി
കുഞ്ഞിമംഗലം (പി ഒ)
കണ്ണൂർ 670309
മൊബൈൽ : 9447394732
ഇമെയിൽ : pksrivalsan@gmail. com

ഉള്ളടക്കം

പ്രസാധകക്കുറിപ്പ്

കുചേലനും ശ്രീകൃഷ്ണനനും ആവർത്തിക്കപ്പെടുന്ന പുരാവൃത്തമാണ്. ഐ ടി കാലത്തെ കുചേലൻ കൃഷ്ണനെ കാണാൻ പോവുകയാണ് *കുചേലവൃത്തം* എന്ന കഥയിൽ. സമ്പന്നതയുടെ മാനദണ്ഡങ്ങൾ മാറിമറിയുന്ന ലോകത്തിൽ മാറാതെ നില്ക്കുന്നത് കുചേലത്വം മാത്രമാണ്. ആധുനിക ജീവിത പരിസരത്തുനിന്നും ഉരുവംകൊള്ളുന്ന കഥകളാണ് പി കെ ശ്രീവത്സന്റെ കഥകൾ. നേർത്തൊരു നർമ്മം കൈവിടാതെ ആധുനിക ജീവിത സന്ദിഗ്ദ്ധാവസ്ഥകളെ തികഞ്ഞ രാഷ്ട്രീയ ധാരണകളോടെ അവതരിപ്പിക്കുകയാണ് കഥാകൃത്ത്. ഈ കഥകളിലെ നർമ്മവും രാഷ്ട്രീയവും കഥാശരീരത്തിന്റെ അവിഭാജ്യഘടകമാകുന്നതിൽ കഥാകൃത്ത് കാണിക്കുന്ന രചനാ വൈഭവം എടുത്തുപറയേണ്ടതാണ്. ആധുനിക കാലത്തിന്റെ ആഖ്യാതാവ് എന്ന നിലയിലേക്കുയരാൻ പ്രാപ്തനായ ഒരു എഴുത്തുകാരന്റെ അസാധാരണ കഥകളാണീ സമാഹാരത്തിൽ.

ചിന്ത പബ്ലിഷേഴ്സ്

കഥയിൽ കാലത്തിന്റെ കൈയൊപ്പ്

വൈശാഖൻ

സംസ്കാരത്തിന്റെ ബഹുസ്വരത ആഘോഷിക്കുന്ന ആവിഷ്കാര മാധ്യമമാണ് ചെറുകഥ. പാരമ്പര്യത്തിന്റെ പകിട്ടുകൾ നിലനിർത്തുന്ന കഥകൾ ഇപ്പോഴും ധാരാളം പിറക്കുന്നുണ്ട്. ആധുനികതയുടെ മുദ്രകൾ അണിഞ്ഞ കഥകൾക്കും ധാരാളം വായനക്കാരുണ്ട്. മലയാളസാഹിത്യത്തിൽ ഉത്തരാധുനികതയുടെ യുഗസംക്രമണത്തിന് സാക്ഷ്യംവഹിച്ചതും കഥയെന്ന കരുത്തുറ്റ മാധ്യമമാണ്. ഏറ്റവും പുതിയ കാലത്തിന്റെ സമസ്യകളെ അവതരിപ്പിക്കാൻ തക്ക ആഴവും വിസ്തൃതിയും കഥയ്ക്കുണ്ട്. കഥയുടെ ആന്തരികകാന്തി വർദ്ധിപ്പിക്കുന്ന വ്യത്യസ്തതയുള്ള പരീക്ഷണങ്ങൾക്കും അരങ്ങൊരുങ്ങി. അപ്പോഴെല്ലാം കഥ ജനഹൃദയത്തോടൊപ്പം ചേർന്നു നില്ക്കുന്നുണ്ട്.

മലയാളകഥ എന്നും വായനക്കാരുടെ ഹൃദയഭാജനമായിരുന്നു. സാമൂഹ്യപ്രശ്നങ്ങൾ ശക്തമായി അവതരിപ്പിക്കുന്നതിൽ, മാനുഷിക വികാരങ്ങളെ അതേ ഊഷ്മാവോടെ ഒപ്പിയെടുക്കുന്നതിൽ മലയാളകഥ മുൻപന്തിയിൽ നിന്നു. ജീവിതത്തെ അതിന്റെ സൂക്ഷ്മസൗന്ദര്യത്തോടെ വരച്ചു കാണിക്കുന്നതിന് കഥകൾക്ക് കഴിയുന്നു. ഒരു മഞ്ഞുതുള്ളിയിൽ ആകാശത്തിന്റെ സമസ്തഭംഗിയും പ്രതിഫലിക്കുന്നതുപോലെ ചെറുകഥ എന്ന മാധ്യമത്തിൽ അനുഭവങ്ങളുടെ ഒരു വലിയ ക്യാൻവാസ് തന്നെ ഒരുക്കപ്പെട്ടിരിക്കുന്നു. മലയാളത്തിൽ എഴുതപ്പെട്ട ആദ്യകഥ മുതൽ ഇങ്ങോട്ട് ഇതുവരെ എഴുതപ്പെട്ട കഥകൾ വരെ അനുഭവയാഥാർത്ഥ്യങ്ങളുടെ പരുക്കൻ പ്രതലങ്ങളിൽ എഴുതപ്പെട്ടവയായിരുന്നു. മലയാളിമനസ്സിന്റെ കണ്ണാടിതന്നെയായി ചെറുകഥ മാറിത്തീർന്നിട്ടുണ്ട്.

ഇന്നു കഥ എഴുതുന്നവർ കൂടിവരികയാണ്. എഴുത്തിൽ ദർശിക്കാവുന്ന ജനാധിപത്യവല്ക്കരണമാണിത്. ആർക്കും കഥയെഴുതാമെന്ന്

വരുന്നതിന്റെ അർത്ഥം അത്രയും സ്വകാര്യതകൾക്ക് അക്ഷരപ്രകാശനം ലഭിക്കുന്നു എന്നതുതന്നെയാണ്. അറിയപ്പെടാത്ത അനുഭവങ്ങളുടെ വൻ കരകൾ ദൃശ്യമാവുകയാണ്. സംസ്കാരം ഏകശിലാത്മകമാകുമ്പോൾ, കഥ അതിനെ പ്രതിരോധിക്കും. മനുഷ്യജീവിതത്തിന്റെ നാനാർത്ഥങ്ങൾ പകർത്തുമ്പോൾ കഥ കൂടുതൽ ജനകീയമാകും. അമിതാധികാര പ്രവ ണത പുലർത്തുന്നവർക്ക് ഇതെല്ലാം സ്വീകാര്യമാകണമെന്നില്ല. അവരെ പ്പോഴും പ്രകൃതിക്കും മാനവികതയ്ക്കും സർഗ്ഗാത്മകതയ്ക്കും എതിർ നില്ക്കുന്നവരായിരിക്കും.

കഥയെഴുത്തിന്റെ മേഖലയിൽ ഏറെ ശ്രദ്ധേയനായ പി കെ ശ്രീവത്സൻ എന്റെ അടുത്ത പരിചയക്കാരനാണ്. തൃശൂരിൽ സാഹിത്യ അക്കാദമിയുടെ സമീപത്തുള്ള ഒരു ലോഡ്ജിൽ പ്രവാസിയായി ജീവിച്ച ശ്രീവത്സനെ ഞാൻ കണ്ടുമുട്ടാറുണ്ട്. സാഹിത്യത്തെപ്പറ്റി ഞങ്ങൾ വാചാ ലരാവും. കഥയുടെ മർമ്മം അറിയുന്ന ഉത്തമ സഹൃദയത്വംകൊണ്ട് ശ്രീവത്സൻ എന്നെ വിസ്മയിപ്പിച്ചിട്ടുണ്ട്. പിന്നീട് അദ്ദേഹം ജന്മനാട്ടിലേക്ക് മടങ്ങിപ്പോയി. ഇപ്പോൾ ഫോണിലൂടെ തന്റെ കഥാസമാഹാരത്തിന് അവ താരിക അദ്ദേഹം ആവശ്യപ്പെടുന്നു.

'കുചേലവൃത്തം' എന്ന കഥ നാഗരികവികസനത്തിന് ഇരയാവുന്ന നാട്ടിൻപുറത്തിന്റെ വേവുകളെപ്പറ്റിയാണ്. പുരാണത്തിലെ ഒരു കഥാപാ ത്രത്തെ ഓർമ്മപ്പെടുത്തിക്കൊണ്ട് ഹൈടെക് കാലത്തിന്റെ വിഹ്വലതക ളാണ് ഈ കഥ വെളിപ്പെടുത്തുന്നത്. 'പഴയ വാസസ്ഥലങ്ങൾ' എന്ന കഥ ഉയർത്തുന്ന സാംസ്കാരികവിമർശനത്തിന് മുനയും മൂർച്ചയുമുണ്ട്. നാടിന് നഷ്ടപ്പെടുന്ന മൂല്യങ്ങളെപ്പറ്റിയും നന്മകളെപ്പറ്റിയുമുള്ള വ്യഥ കളാണ് ഈ കഥ പങ്കിടുന്നത്. വൈകാരികമായ ഒരു വഞ്ചനയുടെ കഥ യാണ് 'പ്രണയം: ചില സാമ്പത്തിക പരിഗണനകൾ.' ഈ രചനയിൽ സമകാലിക കേരളീയാവസ്ഥയുടെ തെളിമയാർന്ന രേഖാചിത്രം തെളിയുന്നുണ്ട്. ഗ്രാമീണതയുടെ പശ്ചാത്തലത്തിൽ, കൃഷിക്കാർ അഭിമുഖീകരിക്കുന്ന പ്രശ്നങ്ങളെ അവതരിപ്പിക്കുകയാണ് 'നെല്ല്' എന്ന കഥ. ആശയറ്റ കർഷകന്റെ ആത്മരോദനങ്ങളാണ് ഈ കഥയിൽ മുഴ ങ്ങുന്നത്.

പി കെ ശ്രീവത്സൻ കഥയുടെ വിനയാന്വിതനായ ഒരു ഉപാസക നാണ്. അദ്ദേഹത്തിൽനിന്നും പിറവിയെടുത്ത ഈ പുസ്തകം മലയാള കഥയുടെ വർത്തമാനത്തെ ചലനാത്മകമാക്കുന്നുണ്ട്. ഏറെ അഭിമാന ത്തോടെയും ചാരിതാർത്ഥ്യത്തോടെയും ഈ കഥാസമാഹാരം വായന ക്കാർക്ക് മുന്നിൽ സമർപ്പിക്കുന്നു.

കുചേലവൃത്തം

കെ എന്ന ഹൈടെക് പട്ടണത്തിന്റെ നിരത്തിനോരം ചേർന്ന് പൊള്ളുന്ന നട്ടുച്ചയിലൂടെ ഈ ലോക കുചേലദിനത്തിൽ (അങ്ങനെയൊരു ദിനമുണ്ടോ എന്ന് ഈ റിപ്പോർട്ടർക്കറിയില്ല; അതെന്നാണെന്നും. എങ്കിലും എണ്ണിയാലൊടുങ്ങാത്തത്രയും ദിനാചരണങ്ങൾ തടവിലിട്ട കലണ്ടർ കോളങ്ങളിലൊന്ന് ദരിദ്രന്മാർക്കായി വകയിരുത്തുന്നതുകൊണ്ട് പ്രത്യേകിച്ചൊരു കോട്ടവും ആഗോള ഗ്രാമമാകുന്ന ഈ ലോകത്തിന്റെ പ്രതിച്ഛായയ്ക്ക് സംഭവിക്കാൻ പോകുന്നില്ലല്ലോ) അയാൾ നടന്നു. അന്തരീക്ഷത്തിന്റെ കത്തലേറ്റോ ഉള്ളിലെ ദുഃഖഭാണ്ഡത്തിൽനിന്ന് താപം ബഹിർഗ്ഗമിച്ചോ എന്നറിയില്ല; അയാളാകെ വിയർപ്പിൽ കുളിച്ചിട്ടുണ്ട്. മുഖം വിവശമായി; മനസ്സ് വ്യാകുലവും. ഹൈടെക് സിറ്റിയിലെ മൈതാനതുല്യമായ നാലുവരി നിരത്ത് ഇരുവശങ്ങളിലേക്കും നിരയൊപ്പിച്ച് ചുറ്റുപാടുകളെ തീരെ അവഗണിച്ചുകൊണ്ടോടിപ്പോയ്ക്കൊണ്ടിരുന്ന; കണ്ടമാത്രയിൽ തൊട്ടുനോക്കാൻ കൊതി തോന്നുന്നത്രയും മിനുപ്പിലും മനോഹാരിതയിലും സ്വയം മറന്ന് അഭിരമിക്കുന്ന പലതരത്തിലുള്ള നാലുചക്ര അണുകുടുംബ വാഹനങ്ങളുടെ സ്പർശം വാത്സല്യത്തോടെ മാറിലേറ്റിക്കൊണ്ടിരുന്നു. നാട്ടുപ്പതിനായിരങ്ങളെ കുത്തിനിറച്ച് ഞരങ്ങിയും മൂളിയും പുകതുപ്പി നീങ്ങുന്ന ഒരൊറ്റ ബസുപോലും ഇതിലേ പോകുന്നില്ലെന്നത് അയാളെ അത്ഭുതപ്പെടുത്തി (സൗകര്യത്തിനു വേണ്ടി നമുക്കിയാളെ 'എം' എന്നു വിളിക്കാം). ഇവയെല്ലാം തീർത്തും അവഗണിച്ചുകൊണ്ടും എമ്പാടും കാശുകാരനെ കണ്ണേറിഞ്ഞ് മാടിവിളിക്കുന്ന പഞ്ചനക്ഷത്ര ഭക്ഷണശാലകളെയും ടൂറിസ്റ്റ് റിസോർട്ടുകളെയും ഇന്റർനെറ്റ് കഫേകളെയും വിവരസാങ്കേതിക പാർക്കുകളെയും നോക്കി അയ്യടാ എന്ന് കണ്ണിലും മനസ്സിലും അത്ഭുതം തറച്ചുകയറിയതിനാലും നമ്മുടെ

പാവം എമ്മിന് മറ്റു കാര്യങ്ങളെക്കുറിച്ചെല്ലാം വേവലാതിപ്പെടാനവസരം നഷ്ടപ്പെട്ടു. നടത്തത്തിനിടെ കാഴ്ചകളിലെ അപരിചിതത്വത്തിൽ പരിഭ്രമപ്പെട്ടിട്ടും കൈയിലെ ലെതർബാഗിൽനിന്നും പിടിവിടാതിരിക്കാൻ അയാൾ ശ്രദ്ധവെച്ചു. ഇവിടെയെങ്ങും കോൺക്രീറ്റ് പാർക്കുകളല്ലാതെ പാർപ്പിടമില്ലല്ലോയെന്ന് ഏറെ കാഴ്ചകണ്ട് തളർച്ചയോടെയും നിരാശയോടെയും ഓരോ കെട്ടിടത്തിന് നേരെയെത്തുമ്പോഴും ബാഗിൽനിന്ന് കടലാസുതുണ്ടെടുത്ത് പരസ്യപ്പലകയിന്മേൽ അന്വേഷണം നടത്തി നോക്കി വ്യസനിച്ചു.

ഇപ്പോഴേതാണ്ട് ഹൃദിസ്ഥമായിട്ടുണ്ട് വിയർത്ത കൈ സ്പർശമേറ്റ് ഓജസ്സു നഷ്ടമായ ആ കടലാസുതുണ്ടിലെ വാക്കുകൾ:

ശ്രീരാമകൃഷ്ണൻ, 81, ഗോഡ്സെ പാർക്ക്, മഹാത്മാഗാന്ധി റോഡ്, ഹൈടെക് നഗർ, കെ–573.

"ബൈഹാർട്ടായെങ്കിൽ പിന്നെ ഇയാളെന്തിനാ കൂടെക്കൂടെ ആ തുണ്ടിലേക്കു നോക്കുന്നത്? ആത്മവിശ്വാസം കുറഞ്ഞിട്ടാവും...."

ബാഗ് പറഞ്ഞു.

"ആവോ, എനിക്കറിയില്ല, എന്റെ പുറംകാഴ്ചകൾ നിന്റെ തൊലിക്കട്ടി കൊണ്ട് മറഞ്ഞിരിക്കുകയല്ലേ."

ബാഗിനുള്ളിൽനിന്ന് അവിൽപ്പൊതി നീരസം പ്രകടിപ്പിച്ചു. ചെറ്റിട ശേഷം മടുപ്പിക്കുന്ന ഏകാന്തത തോന്നി, അവിൽപ്പൊതി മെല്ലെ ബാഗിനോട് പറ്റിച്ചേർന്നു:

"പിണങ്ങിയോ, മനഃപൂർവ്വമല്ല ഒന്നും."

ഒരേപോലുള്ള കാഴ്ചകളിൽ വിരസതയനുഭവിച്ചുനില്ക്കുകയായിരുന്ന ബാഗ് ഒരവസരത്തിന് കാത്തുനിന്നിട്ടെന്നപോലെ പ്രതികരിച്ചു:

"ഏയ്", ഇതുപോലുള്ള രോഷപ്രകടനങ്ങൾ എത്രകണ്ടതാണെന്ന മട്ടിൽ അലസമായി ചുമൽ ചുളുക്കി. എങ്കിലും അനിശ്ചിതമായി നീളുന്ന, തീർത്തും നിരുന്മേഷപൂർണ്ണമായ ഈ യാത്രയിൽ ബാഗ് വല്ലാതെ മടുത്തിരുന്നു. ബാഗിന്റെ അറയ്ക്കുള്ളിൽ വീർപ്പുമുട്ടിക്കിടന്നിരുന്ന അവിൽപ്പൊതി പറഞ്ഞു:

"എത്രനേരമായി ഈ യാത്ര തുടങ്ങിയിട്ട്. ഞാനാകെ ക്ഷീണിച്ചു."

ബാഗ് ഉടൻ പ്രതികരിച്ചു:

"നീയെന്തിന് ക്ഷീണിക്കണം; നിന്നെയും ചുമന്നുനടക്കുന്ന ഞാനല്ലേ തളരുന്നത്?"

അവിൽപ്പൊതിക്ക് ദേഷ്യംവന്നു. അത് പ്രകടിപ്പിക്കാൻ വേണ്ടി തുള്ളി. പിന്നെ ആരോടെന്നില്ലാതെ പറഞ്ഞു:

"സൂപ്പർമാർക്കറ്റിലെ ചില്ലലമാരയിൽ തന്നെ കിടന്നിരുന്നെങ്കിൽ കൊള്ളാവുന്ന വല്ല തറവാടികളും വന്ന് കൊണ്ടുപോയേനെ. നല്ല കാറിന്റെ ശീതളിമയിലിരുന്ന് സന്തോഷത്തോടെ അവസാനകാലം കഴിച്ചുകൂട്ടാമായിരുന്നു. ഇതിപ്പം ഒട്ടും സുഖമില്ലാത്ത യാത്രയായിപ്പോയല്ലോ. എന്റെയൊരു വിധി."

"ശരിയാ," – ബാഗിനും സംഗതി ബോദ്ധ്യമായി. "ഈ യാത്ര എപ്പോഴാ തീരുവാന്നറിയില്ല. നമ്മുടെ തലയിലെഴുത്ത്."

അവിൽപ്പൊതി ബാഗിന്റെ സങ്കടത്തിൽ ചാരി. ബാഗ് തുടർന്നു:

"ഈ ദരിദ്രവാസി ഒന്നു വേഗം നടന്നാലെങ്കിലും മതിയായിരുന്നു. നോക്ക്, എന്തെന്തു കാഴ്ചകളാ ചുറ്റിലും, എന്തൊക്കെ സാധനങ്ങളാ റോഡരികിലെ കടകളിൽ, ടപ്പേന്ന് കുതിക്കുന്ന വാഹനങ്ങളെ നോക്ക്. ഹൗ സ്വീറ്റി.... പിടിച്ചുമ്മവയ്ക്കാൻ തോന്നുന്നു. ഇതിലൊക്കെ പോകുന്ന ബാഗുകളുണ്ടാവില്ലേ.... അവയുടെയൊക്കെയൊരു യോഗം...."

പൊടുന്നനെ എം, ബാഗിനെ മറ്റേ കൈയിലേക്ക് മാറ്റി. പിടിയും അല്പം മുറുക്കനെയായി. വല്ലാത്ത ഞരമ്പുവേദനയും അസ്വാസ്ഥ്യവും തോന്നി ബാഗിന്. അതിന്റെ ഞരക്കം കേട്ട് അവിൽപ്പൊതി പൊട്ടിച്ചിരിച്ചു. ബാഗിന് ദേഷ്യം വന്നു. അത് പിറുപിറുത്തു. 'കണ്ട ദരിദ്രവാസികളുടെ ആമാശയത്തിൽ ദഹിച്ചുതീരാൻ മണിക്കൂറുകളേയുള്ളൂ. എന്നിട്ടും അവന്റെ അഹങ്കാരം.'

അവിൽപ്പൊതി ബാഗിനെ ദയനീയമായി നോക്കി. പറഞ്ഞതല്പം കൂടിപ്പോയെന്ന് ബാഗിനും തോന്നി.

ഗോഡ്സെ പാർക്കും മഹാത്മാഗാന്ധി റോഡും മുഖാമുഖം നോക്കി നില്ക്കെ അയാളുടെ കൺവെട്ടത്തിലേക്ക് ഒരു കൊച്ചുപയ്യൻ കടന്നുവന്നു. മൂക്കിളയൊലിപ്പിച്ച്, മുഷിഞ്ഞ വള്ളി ട്രൗസറിന്റെ കുടുക്കുകളറ്റുപോയിടത്ത് സേഫ്റ്റിപിൻ ബന്ധിച്ചും കുടുക്കില്ലാത്ത ഷർട്ട് ചിറകായി വിടർത്തിയിട്ടും അവൻ പറമ്പിന്റെ തിണ്ടിൽനിന്ന് ഇടവഴിയുടെ താഴ്ചയിലേക്ക് തൊട്ടുമുന്നിൽ ഠേ എന്ന് ചാടിവീണ് കൂട്ടുകാരെ ഞെട്ടിച്ചു.

"എടാ എമ്മേ, ഞാനുമുണ്ടായിരുന്നെടാ നിങ്ങടെയൊപ്പം. പറയുന്നത് മുഴുവൻ കേട്ടു."

അവൻ അവരെ മുഴുവൻ അമ്പരപ്പിച്ചു. ട്രൗസറിന്റെ പോക്കറ്റിൽ നിന്ന് ഉണങ്ങിയ തേങ്ങാക്കഷണം പുറത്തെടുത്ത് പൊട്ടിച്ച് അവനുനേരെ നീട്ടി. അവനത് ആർത്തിയോടെ തട്ടിപ്പറിച്ച് വായിലിട്ടു.

"നീ ശരിക്കുമൊരു കൊതിയൻ തന്നെ. ആക്രാന്തം കണ്ടോ...." ഒരു കൂട്ടുകാരൻ കളിയാക്കി.

"മാറെടാ മൈ...." അന്തംവിട്ടുനിന്ന എമ്മിനുനേരെ അലറി മുന്നിൽനിന്ന് സൈഡ് വെട്ടിച്ച് ഒതുക്കിയിട്ട ഒരു കാറിൽ നിന്ന് തല പുറത്തേക്കിട്ട ഡ്രൈവർ വിളിച്ചതു തന്നെയാണെന്നറിയാൻ അല്പസമയമെടുത്തു. പണ്ടും അങ്ങനെയൊരു ട്യൂബ് ലൈറ്റാണ് എം ശ്രീരാമകൃഷ്ണൻ അപ്പോഴേക്കും പുസ്തകസഞ്ചിയുമായി മുന്നിലെത്തിയിരുന്നു. ഒപ്പമെത്താൻ കാൽനീട്ടി വലിച്ചുനടന്ന് ക്ഷീണിച്ച് നാട്ടിടവഴിയുടെ ഏതു കൈയാലപ്പുറത്തേക്കാണവൻ അപ്രത്യക്ഷനായതെന്ന് എം അന്തംവിട്ടു.

ക്ലാസ്റൂമിൽ ചോറ്റുപാത്രങ്ങളുടെ മൂടി ഒരുമിച്ച് തുറക്കുന്നേരം പലയിനം ഉച്ചഭക്ഷണങ്ങളുടെ സമ്മിശ്രഗന്ധം ഒഴുകിപ്പരന്നു. ക്ലാസിൽ നിന്നും മാറി ശ്രീരാമകൃഷ്ണൻ നേരെ മൈതാനത്തിനപ്പുറത്തെ യുസ

ഫിന്റെ ചായക്കടയ്ക്ക് മുന്നിലൂടെ നടന്ന് കൂട്ടുകാരുടെ ദൃഷ്ടിയെത്താത്ത അകലത്താവും. മറ്റുചിലപ്പോൾ സ്കൂൾ വളപ്പിനകത്തെ നെല്ലിച്ചുവട്ടിൽ.... അങ്ങനെനിന്ന് എണ്ണം പിടിച്ച് സമയത്തെ ഹരിച്ചു. ശിഷ്ടം കൊണ്ട് നെല്ലി മേലെറിഞ്ഞു. ഭക്ഷണം കഴിച്ച കുട്ടികൾ സന്തോഷത്തോടെ മൈതാനത്തേക്കൊരു പടയായി കിലുകിലാരവത്തോടെ ചാടിയിറങ്ങുന്നേരംവരെ സമയത്തെ വിശപ്പുകൊണ്ടും സ്വപ്നംകൊണ്ടും അളന്നു നീക്കുകയാവും അവൻ. ചിലപ്പോഴൊക്കെ എം കൊച്ചുപാത്രത്തിലൊരു പങ്കിന് ക്ഷണിക്കും. അവൻ സ്വീകരിക്കുകയും ചെയ്യും.

ഭക്ഷണമില്ലെങ്കിലെന്താ, നന്നായി പഠിക്കുന്നുണ്ടല്ലോയെന്ന് മറ്റുള്ളവർ പുറമേ കാണിക്കുന്ന പുച്ഛഭാവത്തെ ഉള്ളിൽ വെടിഞ്ഞ് അസൂയപ്പെടുകയും ചെയ്യും.

പിടി തെല്ലൊന്നയഞ്ഞപ്പോൾ ബാഗ് നെടുവീർപ്പിട്ടു: 'ഹാവൂ, അവന്റെയൊരു പിടുത്തം. ലക്ഷക്കണക്കിന് രൂപ ഉള്ളിലുള്ളതുപോലല്ലേ അമർത്തി വേദനിപ്പിച്ചത്.'

ബാഗ് മിണ്ടിയപ്പോൾ അവിൽപ്പൊതിയും തെല്ലൊന്നയഞ്ഞു. അത് നിരാശയോടെ ശ്രീനിവാസൻ സ്റ്റൈലിൽ പറഞ്ഞു:

"ഈ നടത്തം എപ്പോഴാ ഒന്ന് തീർന്നുകിട്ട്വാ."

"ഏതോ പഴയ കൂട്ടുകാരനെ കാണാനാണ്. അഡ്രസിതാ ഈ അറയിലുണ്ട്. ഇതേവരെ കണ്ടെത്തിയിട്ടില്ലെന്നു മാത്രം." അവിൽപ്പൊതിയുടെ ചിരിയിൽ പരിഹാസം നിഴലിച്ചു. പിന്നെ അത് സ്വയം പറഞ്ഞു.

'അല്ല കണ്ടുപിടിക്കാൻ വൈകുന്നത്രയും എനിക്ക് ആയുസ്സ് നീട്ടിക്കിട്ടുമല്ലോ.'

ആയുസ്സടുത്തവന്റെ അഹങ്കാരം എന്ന് ബാഗ് ഉള്ളാലെ മുറുമുറുത്തു.

നെല്ലിച്ചുവട്ടിൽ നിന്ന് അവൻ എമ്മിന് സങ്കല്പിക്കാനാവാത്ത ബിൽ ഗേറ്റ്സിന്റെ ഭീമാകാരരൂപത്തിലേക്ക് വളർന്നുമാറി. പലതവണ മനസ്സിൽ മാറ്റിവരഞ്ഞിട്ടും അങ്ങനെയൊരു രൂപത്തെ സങ്കല്പിക്കാനായില്ല. കുടുക്കറ്റുപോയ പരുത്തിത്തുണി ഷർട്ടും വള്ളി ട്രൗസറും ബിൽഗേറ്റ്സിന് ഇണങ്ങാതെയായി. അവനെയങ്ങനെ എളുപ്പത്തിൽ പഴയ മൂക്കൊലിപ്പിൽ നിന്ന് ക്ലീൻഷേവിൽ മിനുക്കിയ സുന്ദരൻ മുഖത്തിലേക്ക് പറിച്ചു മാറ്റാൻ കഴിയുന്നില്ല, എമ്മിന്. ഗേറ്റ് കാവല്ക്കാരനുമായി തർക്കിച്ച് ജയിച്ച് കണ്ടാലെത്ര കഷ്ടമെത്രയും മുഷിഞ്ഞ വസ്ത്രവുമായി ഗ്രാനൈറ്റ്നിലത്തിന്റെ മിനുത്ത വഴുവഴുപ്പിലൂടെ വീഴാതെ വേച്ചുവേച്ച് തന്റെ മുന്നിലേക്ക് ഒരു ബാഗ് മാറോടടുക്കിപ്പിടിച്ച് വന്നുകയറിയ രൂപത്തെ ശ്രീരാമകൃഷ്ണൻ പുച്ഛത്തോടെ നോക്കി. ഒന്നുരണ്ട് വിവരസാങ്കേതിക പാർക്കുകളുടെയും ഒരു ധനമിടപാടുസ്ഥാപനത്തിന്റെയും രണ്ടു സ്വാശ്രയ കോളേജുകളുടെയും മുകളിൽ മുക്കാലടിവെച്ച് ആധിപത്യമളന്ന് വലുതായ ശ്രീരാമകൃഷ്ണനു മുന്നിൽ ചെറുശിശുവായി പഴയ സതീർത്ഥ്യൻ വിയർത്തൊലിച്ച് തൊഴുതുയാചിച്ചു നിന്നു. വിശാലമായ കെട്ടിടത്തിലെ സുഖശീതളിമയിലേക്കെത്തിപ്പെട്ടപ്പോൾ ബാഗിന് ക്ഷീണം മാറിക്കിട്ടി. അത്

സന്തോഷത്തോടെ അവിൽപ്പൊതിയോട് തെല്ല് അഹങ്കാരത്തോടെ പറഞ്ഞു.

“ഒടുവിലയാൾ കൂട്ടുകാരനെ തേടിപ്പിടിക്കുകതന്നെ ചെയ്തു. അത്രയും ആശ്വാസം. തന്നെയും ചുമന്നോണ്ട് തിരിച്ചുപോവേണ്ടിവരുംന്ന് പേടിച്ചതാണ്. ഏതായാലും രക്ഷപ്പെട്ടു. അവിൽപ്പൊതി ആ സന്തോഷം കണ്ടില്ലെന്ന് നടിച്ച് ഒരു വേദാന്തിയായി.

“ക്ഷണികമായ ആയുസ്സാ എന്റേത്. എന്നാലും അല്പംകൂടി അത് നീട്ടിക്കിട്ടുംന്നാ തോന്നുന്നത്. ദരിദ്രവാസിയല്ലാത്തതോണ്ട് ഉടനെയൊന്നും എന്റെ മേൽ കൈവെക്കില്ലെന്നും. പിന്നെ ഉപയോഗശൂന്യമാവുമ്പോ മാലിന്യക്കൂമ്പാരത്തിലേക്ക് വലിച്ചെറിയപ്പെട്ട് അനേകകാലം ഗതികിട്ടാതെ മണ്ണിലങ്ങനെ വെയിലും മഴയുമേറ്റ് കിടക്കേണ്ടിവരുന്നതിനെക്കാൾ എത്രയോ സുകൃതമല്ലേ വേഗം ആഹാരമായിത്തീരുന്ന ഒരു ജന്മം.”

ശ്രീരാമകൃഷ്ണൻ, കണ്ണടക്കണ്ണിലൂടെ എമ്മിനെ ആകെമൊത്തമളന്നു. നൂറുപറ പാട്ടമളന്ന് പറവടിയാൽ വാലിയക്കാർ ചിറ്റേനിയും വെള്ളരിയനും അല്ലിക്കണ്ണനും വൃത്താകാരത്തിൽ വടിച്ചുമാറ്റുന്നതുനോക്കി കുടവയർ തടവി ഏമ്പക്കമിട്ട പഴയ ജന്മിത്താവഴിയിലെ ഒരാൾ. ഇപ്പോൾ ഒരുപാട് കൃഷിയിടങ്ങളിൽനിന്നും എണ്ണമറ്റ നാളികേരക്കൂനയ്ക്ക് നടുവിൽ നിന്നും കൃഷിവൈവിദ്ധ്യവല്ക്കരണവും റബറും വാനിലയും മറ്റുമായി മുന്നേറുകയാണെന്ന മുൻധാരണ തിരുത്താൻ അയാൾക്ക് കൂടുതൽ വേണ്ടി വന്നില്ല.

“വല്യ കഷ്ടാണ്. വയലുകൾ മിക്കതും കടം കൊണ്ട് വിളഞ്ഞു. കാറ്റുവീഴ്ചയും മണ്ഡരിയും തെങ്ങുകളെ പിഴുതെറിഞ്ഞു. ഭൂമി മുക്കാലും കടക്കാർ അളന്നെടുത്തു. ശേഷമുള്ളത് പണയംവച്ച് പിന്നെയും വായ്പയെടുത്തു.

ശ്രീരാമകൃഷ്ണൻ ധാർഷ്ട്യച്ചിരി ചിരിച്ചു.

“പിന്നെയും കൃഷിചെയ്ത് കടം കൂട്ടി അല്ലേ; വിഡ്ഢിത്തം!”

“അപ്പനപ്പൂപ്പന്മാരായി ഏർപ്പെട്ടുവരുന്ന ജോലിയാണ്. ആ പൗരാണികമായ അഹങ്കാരത്തിന്റെ ബലത്തിൽ മറ്റുജോലിക്കൊന്നും പോയില്ല. പിടിച്ചുനില്ക്കാൻ മറ്റെന്തെങ്കിലും ഏർപ്പാടുകൾക്കും മുതിർന്നില്ല. എല്ലാം കർമ്മദോഷം.”

അയാൾ വിയർത്തു. വിളറിയ ആ മുഖം കണ്ട് ബാഗ് അവിൽപ്പൊതിയെ തോണ്ടി.

“മറ്റെന്ത് ജോലിയാണിയാൾക്ക് ചെയ്യാനാവുക? വെറുതെയോരോ വേഷംകെട്ട്.”

“കൈത്തറി, ബീഡി, കയർ മേഖലകളിൽ പണി നന്നെ കുറഞ്ഞു. പരമ്പരാഗത തൊഴിൽ മേഖല പാടെ തകർന്നു. നിർമ്മാണ രംഗത്തു മാന്ദ്യം.”

അവിൽപ്പൊതി വാർത്ത വായനപോലെ പറഞ്ഞത് കേട്ട് ബാഗിന് ദേഷ്യം വന്നു.

"ഒന്ന് നിർത്തിഷ്ടാ നിന്റെ രാഷ്ട്രീയപ്രസംഗം. ഇയാൾക്ക് വാനില കൃഷി ചെയ്താലെന്താ തറവാടിയല്ലാതാവ്വോ?"

"ഓ ഒന്ന് നിർത്ത് ചങ്ങാതി, മഡഗാസ്തറിലെ കാലാവസ്ഥ എപ്പോഴു മെപ്പോഴും നമ്മളെ രക്ഷിക്കാൻ വരില്ലേ...."

"എന്തിലെങ്കിലും ഇൻവെസ്റ്റ് ചെയ്യാമല്ലോ. ഐ ടി നല്ലൊരു മേഖല യല്ലേ."

"കമ്പ്യൂട്ടർ ചിപ്പുകൊണ്ട് വയറു നിറയ്യോ ചങ്ങാതീ."

അവിൽപ്പൊതി ചിരിച്ചു.

"ഇനിയും കൃഷി കൊണ്ടെന്ത് നേടാമെന്നാണ് വിചാരിക്കുന്നത്?"

ശ്രീരാമകൃഷ്ണന്റെ ചോദ്യത്തിനു മുന്നിൽ എം പരുങ്ങി.

"പഴയ സതീർത്ഥ്യനെ വെറും കൈയോടെ മടക്കി എന്ന് ശപിക്കരുത്. വണ്ടിക്കൂലി കൗണ്ടറിൽനിന്നു വാങ്ങിക്കോളൂ. എനിക്ക് അടിയന്തരമായി ഒന്നുരണ്ടു എൻഗേജുമെൻസുണ്ട്."

ശ്രീരാമകൃഷ്ണൻ മൊബൈലിൽ ധൃതിപ്പെട്ട് വിരൽനൃത്തം നടത്തി ചെവിക്കു ചേർത്തശേഷം കസേരയിൽ ഒരു ദിനരാത്രം കറങ്ങി. അവിൽപ്പൊതി ബാഗിൽനിന്നെടുത്ത് സീറ്റിൽ വെച്ച് എം പതുക്കെ എഴു ന്നേറ്റു. അനാഥാവസ്ഥയിൽ പിരിയേണ്ടിവന്ന സഹയാത്രികനോട് ബാഗിന് സഹതാപം തോന്നി. ഇത് സ്വാഭാവികവും പ്രതീക്ഷിതവുമാ ണെന്ന ഒറ്റ നോട്ടത്തോടെ അവിൽപ്പൊതി വേദാന്ത ഭാഷ്യം തേടി സമാ ധാനിച്ചു. പുറത്തേക്ക് കടക്കവേ തന്റെ കൃശഗാത്രം ഈ ലോകത്തിന്റെ നെറുകയിൽ ഒരധികപ്പറ്റായി തൂങ്ങിനിൽക്കുന്നതറിഞ്ഞ് അയാൾ വിങ്ങി പ്പൊട്ടി.

കൂറ്റൻ കെട്ടിടങ്ങൾ, പ്രൗഢിയുള്ള ബംഗ്ലാവുകൾ, എങ്ങും പുഷ് പാലംകൃതമായ സസ്യജാലം, നീലക്കുളിർമ്മയുള്ള നിർച്ചോലപോലെ വാട്ടർ തീം അമ്യൂസ്മെന്റ് പാർക്കുകൾ, ആഘോഷത്തിമിർപ്പുകൾ, വർണ്ണ ഘോഷയാത്രകൾ.... എല്ലാം കവച്ചുവെച്ച് തന്റെ വീർപ്പുമുട്ടൽ മാനംമുട്ടെ ഉയർന്നുപൊങ്ങവെ, ശ്രീരാമകൃഷ്ണൻ പഴയ സതീർത്ഥ്യനായി വള്ളിട്രൗസറും പരുക്കൻ പരുത്തിത്തുണി ഷർട്ടുമിട്ട് പിന്നിൽനിന്ന് 'ഠേ' എന്ന് ഞെട്ടിച്ച്, പിന്നെ പറ്റിച്ചേ എന്നു കൈയടിച്ച് ചിരിച്ച് അവനെ ആലിം ഗനം ചെയ്തു.

"പിണങ്ങിയോ, ഇത് ഞാനല്ലേടാ നിന്റെ അന്നം ഞാനെത്ര ഉണ്ടതാ...."

അയാൾ അമ്പരന്നുനില്ക്കവെ, അവൻ പൊട്ടിച്ചിരിച്ച് ആന്റോ ശബ്ദമെടുത്ത് പാടി.

"എല്ലാം അപ്പച്ചന്റ്യൊരു തമാശയല്ലിയോടാ മോനേ.... "

"അപ്പച്ചന്റ്യൊരു തമാശ" – അവൻ പാപ്പിയായി നിൽക്കെ ശ്രീരാമ കൃഷ്ണൻ അപ്രത്യക്ഷനായി. എമ്മിന് എവിടെയാണ് നില്ക്കുന്നതെന്ന സ്ഥലജലഭ്രമമുണ്ടായി. ഒരത്യാധുനിക കാറിന്റെ പിൻസീറ്റിൽ അലസമാ യിരുന്ന് അതിവേഗപാതയിലൂടെ സഞ്ചരിക്കുകയാണിപ്പോൾ. ഒരു കൊട്ടാ

രത്തിന്റെ ഗേറ്റ് അയാൾക്കായി തുറന്ന്, കാവല്ക്കാരൻ സല്യൂട്ടടിച്ച് ഭവ്യതയോടെ പിന്നാക്കം മാറിനിന്നു. മട്ടുപ്പാവിൽനിന്ന് താഴേക്ക് തന്നെ പ്രണയ പാരവശ്യത്തോടെ നോക്കുന്നത് ഫാഷൻ വേഷങ്ങളണിഞ്ഞ സുന്ദരിയായ സിനിമാനായികയല്ല; തന്റെ കുഞ്ഞുങ്ങളെ പെറ്റ തങ്കമണി തന്നെയാണെന്നറിയാൻ സമയമെടുത്തു. തന്റെ വേഷവും അടിമുടി മാറി യിരിക്കുന്നു. താൻ തന്നെ മുഴുത്ത ഒരവാസ്തവമായിതോന്നി, എമ്മിന്. കമ്പ്യൂട്ടറിന് മുന്നിലിരുന്ന് ചാറ്റ് ചെയ്യുകയാണ് തന്റെ കോംപ്ലാൻ കുബേ രകുമാരന്മാർ. അവരെ വിളിച്ച് ഏകാഗ്രത തെറ്റിക്കേണ്ടെന്ന് തങ്കമണി കൈയാംഗ്യംകൊണ്ട് വിലക്കി. അല്പനേരം അവരെത്തന്നെ വാത്സ ല്യപൂർവ്വം നോക്കിനിന്നശേഷം തന്റെ സ്യൂട്ടിന്റെ വിശാലതയിലേക്ക് വാതിൽ തുറന്ന് എം അകത്തേക്ക് നോക്കി. എങ്ങനെ നന്ദി പറയേണ്ടു എന്നറിയാതെ കുഴങ്ങിനില്ക്കവെ ഒരു മുഴുത്ത ബിസിനസ് രൂപത്തിൽ ശ്രീരാമകൃഷ്ണൻ പ്രത്യക്ഷപ്പെട്ടു. അയാൾ ചിരിച്ചപ്പോൾ പരിസരമാകെ ചിലമ്പിച്ചു ചിതറി.

അപ്പോൾ വായ്ക്കകത്ത് ഈരേഴുപതിന്നാലു ലോകങ്ങളും കാണായി. എങ്ങുനിന്നെങ്ങുനിന്ന് എന്ന സന്ദേഹത്തിൽ തന്റെ മൺ കുടിൽ വിഴുങ്ങാൻ ഒരു എസ്കവേറ്റർ കഴുത്തുനീട്ടി വായും പിളർന്ന് മൂർച്ചയേറിയ വലിയ പല്ലുകൾ കാട്ടി ദിനോസറായി വരുന്നു. വീടും പിതൃ ക്കളെ അടക്കിയ മണ്ണും അവരുടെ അസ്ഥിയും മൊത്തമായി വിഴുങ്ങും മുൻപേ അയാൾ ശ്രീരാമകൃഷ്ണന്റെ കാലോടുചേർന്ന് നമസ്കരിച്ച് തനിക്കും കുടുംബത്തിനും വിശ്രമിക്കാനുള്ള മണ്ണെങ്കിലും ഇരന്നു വാങ്ങാനൊരു അവസാനശ്രമത്തിലേർപ്പെട്ടു.

നെല്ല്

ചിണ്ടാട്ടനെ അന്വേഷിച്ച് പൊലീസ് വീട്ടുപടിക്കലെത്തുമ്പോൾ അയാൾ കണ്ടത്തിൽ[1] നിന്ന് കയറിവന്നിട്ടേയുണ്ടായിരുന്നുള്ളൂ. സന്തത സഹചാരിയായി കരുതിപ്പോന്ന കൈക്കോട്ട് കഴുകിത്തുടച്ച് വൃത്തിയാക്കി പിന്നാമ്പുറത്തെ തൊഴുത്തിന്റെ ഇറയ്ക്കൽ തൂക്കിയിട്ടു. അന്നേരം തൊഴുത്തിൽനിന്ന് ഞങ്ങളിവിടെയുണ്ടേയെന്ന് നീട്ടിവിളിച്ച് ശ്രദ്ധയാകർഷിച്ച കന്നുകാലികൾക്ക് ഈരണ്ടു കറ്റ വൈക്കോൽ വല്ലത്തിൽ ചിക്കിയിട്ടു. തലയ്ക്ക് വെയിലേല്ക്കാതെ (തുമ്മാൻ[2] പൊതി താഴെ വീഴാതെയും) കാത്ത് പഴകി നിറംമങ്ങിപ്പോയ കോട്ടമ്പാള[3] ഊരി ഇരുത്തിമേൽവെച്ചു. അരയിലെ മുഷിഞ്ഞ് വെള്ളനിറം ഒരോർമ്മമാത്രമായ തോർത്തുമുണ്ടഴിച്ച് കുടഞ്ഞുടുത്ത് കിണറിനടുത്തേക്കുപോയി. രണ്ടുമൂന്നു പാഞ്ഞി വെള്ളം ആഴത്തിൽനിന്ന് പടപടാന്ന് വലിച്ചുകയറ്റി തെങ്ങിൻതടത്തിൽ ചെന്നുനിന്ന് തലയ്ക്കുമീതെ കുടുകുടാ ഒരു ഷവർബാത്താണ് പിന്നെ. അതേപ്പറ്റി ആലോചിക്കുമ്പോൾ ഒരു ചിരി ചിണ്ടാട്ടന്റെ ചുണ്ടിൽ തെളിഞ്ഞു. അല്പസ്വല്പം പിടിച്ചുനില്ക്കാനുള്ള ഇംഗ്ലീഷൊക്കെ വശമുണ്ട് ചിണ്ടാട്ടന്; പിള്ളേര് പറയുന്നതുകേട്ട് പഠിച്ചതായാലും.

ഓ, തുമ്മാൻപൊതി മറന്നു. ഇടയ്ക്കൊക്കെ വരാറുള്ളതാണിത്തരം ഓർമ്മപ്പിശകുകൾ. കുറച്ചുനേരം മനസ്സിൽ പരതിക്കൊണ്ടിരിക്കെ അത് കോട്ടമ്പാളയ്ക്കകത്തുതന്നെയുണ്ടല്ലോയെന്ന് ഓർമ്മ തിരിച്ചുകിട്ടിയപ്പോൾ ഒരു വലിയ അലച്ചിൽ കഴിഞ്ഞുവന്ന മനഃസമാധാനമുണ്ടായി ചിണ്ടാട്ടന്. അല്ലെങ്കിലതും പരതി ഒരുവട്ടംകൂടി കണ്ടത്തിലേക്ക് നടന്നേനെ; ഈ നട്ടുച്ചനേരത്ത്.

ഇന്നിപ്പോൾ പതിവുകളൊക്കെ തെറ്റി. വീട്ടുമുറ്റത്തെത്തിയതും തോർത്തുമുണ്ടഴിച്ച് കുടയുന്നേരം കൊണ്ട് ഒരു പൊലീസ് വണ്ടിയെത്തി,

ആശങ്കയോടെ ചുറ്റുവട്ടത്തെ ഒന്നുരണ്ടാൾക്കാരും. കണ്ടത്തിൽനിന്നു തിരിച്ച് തെക്കേപ്പുറമ്പിന്റെ കയ്യാല കടന്ന് ഇടവഴിയിലേക്ക് ചവിട്ടവേ, അമ്പാടീരെ മോൻ; കഴിഞ്ഞ തിരഞ്ഞെടുപ്പിൽ പഞ്ചായത്ത് മെമ്പറായ സുകു വന്നു പറഞ്ഞിരുന്നു.

"ചിണ്ടാട്ടനിപ്പം വീട്ടിലേക്ക് പോണ്ട. ന്ങ്ങള ചോയ്ചിറ്റ്[4] ഒരു പോലീസാരൻ വന്നിനോലും ന്പ്പട്ടെ. കൊർച്ച്[5] കയ്ഞ്ഞിറ്റ് വെരാന്ന് പറഞ്ഞിറ്റാ പോയത്."

ചിണ്ടാട്ടന് അത്ഭുതം തോന്നി. പത്തുമുപ്പത് കൊല്ലമായിട്ടുണ്ടാവും അയാളെയന്വേഷിച്ച് പൊലീസ് ആ വീട്ടിൽ കയറിയിട്ട്. വയറ്റത്തെ അടി യന്തരാവസ്ഥയുടെ ബൂട്ടടയാളവും അത് മറന്നുതുടങ്ങിയിരുന്നു. അന്തം വിട്ടുനിന്ന ചിണ്ടാട്ടനോട് സുകു ആവർത്തിച്ചപ്പോൾ നാവുപൊന്തി.

"എന്തേ സുകു. പിന്നീം ചെക്കനെന്തെങ്കിലും കുർത്തക്കേടൊപ്പിച്ചോ" ചിണ്ടാട്ടന് മകൻ ദിനേശനെപ്പറ്റിയാണ് ആശങ്ക. അവൻ ഒരു ബി കോം ഡിഗ്രിയുമെടുത്ത് സെറ്റ് കൂടി ചില്ലറ അല്കുലുത്തൊക്കെയൊപ്പിച്ച് തരികിടയായി നടക്കുകയാണ്. അതിനാൽ ഒന്നുരണ്ടു പ്രാവശ്യം ചിണ്ടാട്ടന് പൊലീസ് സ്റ്റേഷനിൽ കയറേണ്ടിയും വന്നിട്ടുണ്ട്. അപ്പനപ്പൂപ്പന്മാരുടെ പഴയകാല രാഷ്ട്രീയജീവിതത്തിന്റെ പേരിൽ പാർട്ടി ഭരിക്കുന്ന കോ-ഓപ്പറേറ്റീവ് ബാങ്കിൽ ഒരു പ്യൂണിന്റെ പണിയെങ്കിലും ഒപ്പിച്ചു കൊടുക്കാത്തതിന് ചിണ്ടാട്ടനോട് പലതവണ കശപിശകൂടിയിട്ടുണ്ട്. അതിനാൽ അവന്റെ സെറ്റുകൂടലിനെയും കള്ളുകുടിയെയും പറ്റി അറിഞ്ഞ ഭാവം നടിക്കാറില്ല, ചിണ്ടാട്ടൻ.

"കുർത്തൂല്ലാത്തോനാ[6] ഓൻ. എല്ലെങ്കില് പിയെസ്സിപ്പരീക്ഷയ്ക്ക് കർഷകന്റെ മിത്രം ഏത്ന്ന്ള്ള ചോദ്യത്തിന് കുർഡൻന്ന്[7] ഉത്തരെവ്ച്ചോ?" ചിണ്ടാട്ടൻ പലരോടും പലതവണ പറഞ്ഞുകഴിഞ്ഞതാണിത്.

"ഓനാടയില്ല, ചിണ്ടാട്ടാ, രാവിലെ ടൗണിലേക്ക് ബസ് കേറ്ന്ന് കണ്ടിനി[8]."

"എന്നാ പിന്ന പ്രശ്നൊന്നുല്ല സുകു. അത് പറഞ്ഞാ അപ്യാ[9] പോയ്ക്കോളൂലേ...."

നടത്തം തുടർന്ന ചിണ്ടാട്ടനെ സുകു പിന്നിൽനിന്ന് വിളിച്ചു.

"പ്രശ്നുണ്ട് ചിണ്ടാട്ടാ. ദിനേശന്യല്ല അപ്യക്ക് വേണ്ട്. ന്ങ്ങളെയാന്ന്"

ചിണ്ടാട്ടൻ ഞേങ്ങോൽ[10] ചെളിക്കട്ടയിൽ ഉടക്കിയതുപോലെ നിന്നു.

"അതെന്ത് ന്യായടോ. നീയല്ലെങ്കില് നിന്റ്ച്ചൻന്ന് പണ്ട് ചെന്നായി ആട്ടിൻ കുട്ട്യോട് പറഞ്ഞമാതിരി."

ചിണ്ടാട്ടന് ചിരിയിളകി. സുകു പക്ഷേ ചിരിച്ചില്ല. ചിണ്ടാട്ടന്റെ ഈ സ്ഥിരം ഉപമ കേട്ടപ്പോൾ മനസ്സിൽ പറഞ്ഞു.

'തലയ്ക്ക് തീപിടിച്ചിറ്റ് ന്ക്കുമ്പാന്ന് ഈ മെൻചന്റ്യോര്[11] വളിച്ച തമാശ.'

സുകുവിന്റെ ചിരിക്കണോ വേണ്ടയോ എന്ന അവസ്ഥ കണ്ടപ്പോൾ ചിണ്ടാട്ടന് വീണ്ടും ചിരിപൊട്ടി.

"പോട്ട് സുകു. ഇവന്റെ മൂത്തോന കണ്ടോനാന്ന് ഈ ചിണ്ടാട്ടൻ.

നാപ്പത്തെട്ടില് രണദിവെ തീസിസ് കാലത്ത്. പിന്നെ ഇന്ത്യാ-ചൈന യുദ്ധസമയത്ത്. ലാസ്റ്റില് അടിയന്തരാവസ്ഥയിലും. ഇന്നത്തെ മാതിരി പേന്റിട്ട പൊലീസല്ല. നല്ല ഇസ്ത്രിവടി പോലെ ന്ക്ക്ന്ന ട്രൗസറിട്ട പൊലീസ്. അയ്ന്റെ കാലിനി നമ്മളെ നെല്ല് പൂങ്ങ്ന്ന[12] വെല്യ ചെമ്പിന്റത്ര വായിവട്ടു ണ്ടാവും. കൊമ്പൻ മീശ്യുണ്ടാവും. അവരെക്കണ്ടാല് നിങ്ങ ഇപ്പൾത്തെ കുട്ടിനേതാക്കന്മാരെ കൊടല് വെറയ്ക്കും. കൊളെത്ര കുണ്ടി കണ്ടു."

ചിണ്ടാട്ടൻ ചിരിമായ്ക്കാതെ നടന്നുതുടങ്ങി.

ഓ വീണ്ടും ഉപമ, സുകുവിന് ചിണ്ടാട്ടൻ ഇപ്പോഴത്തെ നേതാക്ക ന്മാരെപ്പറ്റി പറഞ്ഞതത്ര പിടിച്ചില്ല. അതുകൊണ്ട് ഇയാളനുഭവിക്കട്ടെ എന്ന മട്ടിൽ കൈക്കോട്ടും ചുമലിലേറ്റി നടന്നുപോകുന്ന ചിണ്ടാട്ടനെ നിസ്സം ഗതയോടെ നോക്കിനിന്നു. എന്തു പറയുമ്പോഴും പഴയാളുകൾക്കുള്ള ശീലമാണ്, പുതിയ തലമുറയെ കുറ്റം പറയൽ. നിങ്ങളൊക്കെ ത്യാഗം സഹിച്ചു. ശരിതന്നെ, നേതൃത്വത്തിലേക്ക് ഉയരാൻ ശ്രമിച്ചില്ലല്ലോ.

സുകു പിന്തിരിഞ്ഞു നടന്നു.

വീട്ടുമുറ്റത്തെത്തിയപ്പോൾ എന്തോ മറന്നപോലെ ചിണ്ടാട്ടന് തോന്നി. തുമ്മാൻപൊതി കോട്ടമ്പാളയിലുണ്ട്. പിന്നെ അതുമല്ല. ഓ ചിണ്ടാട്ടന് ഓർമ്മ തിരിച്ചുകിട്ടി. വിത്തൂട്ടാൻ കൊണ്ടുപോയ കുഞ്ഞിക്കൂട്ട കണ്ടത്തിൽ വെച്ച് മറന്നു. പൊലീസും അതു മാത്രമേ ചോദിച്ചുള്ളൂ. വിത്തൂട്ടാൻ[13] കൊണ്ടോയ കൂട്ടയോട്ത്തൂ[14] കാർന്നോറേന്ന്.

ഇപ്പ്യ[15] ക്കെന്തിനാപ്പാ നമ്മളെ പറച്ചക്കൂട്ട?

മനസ്സിലാകാത്ത കാര്യമതാണ്. ചിണ്ടാട്ടന് പിന്നെയും ചിരിക്കണ മെന്നുതോന്നി. പൊലീസിന്റെ സമീപത്തായതുകൊണ്ട് പാടുപെട്ടടക്കി.

മുഷിഞ്ഞ തോർത്തുമുണ്ടുമാറ്റി അല്പം വൃത്തിയുള്ളതൊന്ന് ഉടു ക്കാനനുവദിച്ചു, പൊലീസ്. കോട്ടമ്പാളയും തുമ്മാൻപൊതിയും കൂടെ യെടുത്ത് ചിണ്ടാട്ടൻ ജീപ്പിൽ കയറി. ചിണ്ടാട്ടനെയും കൊണ്ട് ജീപ്പ് പോകുമ്പോൾ അയൽപക്കത്തുള്ള രണ്ടുമൂന്നുപേർ മാത്രമേ കാണികളാ യുണ്ടായിരുന്നുള്ളു. ചിണ്ടാട്ടന്റെ ഭാര്യ രച്ച്മി ആ സമയം പുല്ലരിയാൻ കൈപ്പാട്ടിലേക്ക്[16] പോയിരിക്കുകയായിരുന്നു.

"ഓളീടില്ലാത്തത് നന്നായി. ഓളെ എനച്ചലും[17] വെയ്രം കൊടുക്ക ലും കേക്കാനാവൂലപ്പാ."

ഒരയൽക്കാരി പറഞ്ഞത് മറ്റുള്ളവർ ശരിവെച്ചു. എങ്കിലും ആർക്കും എന്തിനാണ് ചിണ്ടാട്ടനെ പൊലീസ് പിടിച്ചുകൊണ്ടു പോകുന്നതെന്ന് മാത്രമറിയില്ല. ആരും ചോദിച്ചിട്ടുമില്ല. ദിനേശൻ ചെക്കന്റെ എന്തെങ്കിലും കാര്യത്തിനാവും എന്നേ വിചാരിച്ചുള്ളൂ.

നാല്പത്താറില് ചിണ്ടാട്ടന്റച്ഛൻ കോരാട്ടനെ പൊലീസ് പിടിച്ചു കൊണ്ടുപോയത് ഇതുപോലെയൊന്നുമല്ല. കൈ രണ്ടും പിന്നോക്കം ചട്ടം മറച്ചുകെട്ടി, ഇതാ ഒരു പിടികിട്ടാപ്പുള്ളിയായ ഒരുത്തൻ, ഒരു മുറിച്ചാമുറി യാത്ത കമ്യൂണിസ്റ്റ് ഭീകരൻ, കമ്യൂണിസംകൊണ്ട് കളിക്കുന്നോർക്ക് ഇതാണ് ഗതിയെന്ന മട്ടിൽ ജനമദ്ധ്യത്തിലൂടെ തല്ലി നടത്തിച്ചിട്ടാണ്. അന്ന്

അതെന്തിനാണെന്ന് മനസ്സിലാകാതിരുന്ന ഒരു പത്തു വയസ്സുകാരൻ ചിണ്ടാട്ടനിലുണ്ട്. നെല്ലെടുപ്പ് സമരക്കാരെ നേരിടാൻ കോലോത്തെ[18] തമ്പുരാൻ ഇറക്കുമതിചെയ്ത പൊലീസാണ് അന്നത്തേത്. കുണിയനിൽ വെച്ച് കോലോക്കാര് നെല്ല് കടത്തുന്നത് തടഞ്ഞവരിൽ രണ്ട് സഖാക്കൾ അവിടെ വെച്ചുതന്നെ വെടിയേറ്റു മരിച്ചു. ശേഷിച്ചവർ മൃഗീയമായി മർദ്ദിക്കപ്പെട്ടു. കൊക്കാനിശ്ശേരി[20] സ്റ്റേഷൻ സമരക്കാരെക്കൊണ്ട് നിറഞ്ഞു. കർഷകസംഘമുണ്ടാക്കിയതിനും രണ്ടാംലോക യുദ്ധകാലത്തെ ക്ഷാമത്തെ നേരിടാൻ കരിഞ്ചന്തയിൽ നെല്ലു വില്ക്കുന്നവർക്കെതിരെ സംഘടിച്ചതിനും പൂഴ്ത്തിവെച്ചവരുടെ പത്തായം കുത്തിത്തുറന്ന് നെല്ലെടുത്ത് ന്യായവില ഷാപ്പിൽ അളന്നതിനും വെവ്വേറെ മർദ്ദനം. കുറെക്കാലം കഴിഞ്ഞ് ക്ഷീണിച്ച് അവശനും രോഗബാധിതനുമായി തിരിച്ചെത്തിയപ്പോൾ മാത്രമറിഞ്ഞു, അച്ഛൻ തള്ളിനീക്കിയ പീഡനങ്ങൾ, ജയിലുകൾ. അപ്പോഴേക്കും സ്വാതന്ത്ര്യം കിട്ടിക്കഴിഞ്ഞിരുന്നു.

“അതൊര്കാലം. അന്നത്തെ നേതാക്കന്മാരാരാ, മനുഷ്യസ്നേഹികള്.... ചേറ് പറ്റാത്ത മനുഷ്യസ്നേഹികള്....”

കോരാട്ടൻ പതുക്കെ കാതിൽ പറഞ്ഞതുകേട്ട് ചിണ്ടാട്ടന്റെ ചോര തിളച്ചത് പൊലീസുകാരറിഞ്ഞില്ല. അവർ ചോദിച്ചു.

“പേര്?”

“ചിണ്ടാട്ടൻ”

“അച്ഛന്റെ പേര്?”

“കോരാട്ടൻ”

“ഇതൊക്കെ എന്ത്ര് പേര്ഹള്....”

പൊലീസുകാർക്ക് ചിരിവന്നു.

“നാട്ട്കാര് വിളിക്കുന്ന പേര്കളാണ്. അവര് വിളിച്ച് വിളിച്ച് സ്ഥിരപ്പേരാക്കി.”

അതുപറയുമ്പോൾ ചിണ്ടാട്ടനും ചിരിവന്നു.

“വയസ്സ്?”

“പത്തെഴ്പതായിറ്റ്ണ്ടാവും.”

“കൊള്ളാം. പ്രതി സീനിയർ സിറ്റിസണാണല്ലോ, ഞാമ്പിചാരിച്ചു, വല്ല ഡിഫിക്കാരനോ മറ്റോ ആവുംന്ന്.”

പതിവായി പൊലീസ് സ്റ്റേഷൻ കയറിയിറങ്ങി ഒരര പൊലീസായി മാറിയ ഒരു നേതാവ് പരിഹസിച്ചത് ചിണ്ടാട്ടന് രസിച്ചില്ല.

“ഇതുപോലെ യശമാനമ്മാറേം[21] ബ്രിട്ടീഷാരേം എച്ചില് തിന്ന് കൊഴ്ത്ത ഒറ്റുകാരും മൂരാച്ച്യളും പണ്ടും ഇണ്ടായിനി. എന്റച്ഛൻ കോരാട്ടന്റെ കാലത്ത്. അവരെയെല്ലാം ജനങ്ങള് പുയ്ത്ത നായിന്റെമാതിരി ആട്ടിയകറ്റിനിർത്തി. നാല്പത്തേഴിനുശേഷം അവരെല്ലാം കദറിടാനും പോലീസ് സ്റ്റേഷനും മറ്റും കേറിനെരങ്ങാനും തൊടങ്ങി.”

ചിണ്ടാട്ടൻ പറഞ്ഞത് പൊലീസുകാർക്കും രസിച്ചു. നേതാവ് ചമ്മിയപോലെ വേഗം വെളിയിലേക്കിറങ്ങി.

"ജോലി? ജോലിയെന്ത്ന്നാ കാർന്നോറെ.....?"

"ങാ, കൃഷിപ്പണി. കൊർച്ച് നെല്ല്. കൊർച്ച് തെങ്ങ്. വെല്യകൃഷ്യൊന്നും ഇപ്പുല്ല. നഷ്ടക്കച്ചോടാന്ന്. കൊർച്ച് സ്ഥലം കടം വന്നിറ്റ് വിറ്റു."

"ഇപ്പം രാഷ്ട്രീയ പ്രവർത്തനുണ്ടാ?"

"അതെന്ത് ചോദ്യാ സാറെ, രാഷ്ട്രീയുല്ലാത്തവരായിറ്റാരെങ്കിലുണ്ടാവ്വോ? ഇപ്പം ജനിക്കുന്ന കുഞ്ഞിക്ക് പോലുണ്ടാവും രാഷ്ട്രീയം. പിന്നെ പ്രവർത്തനം; അത് നിർത്തീറ്റ് പത്ത് പായ്ഞ്ച് കൊല്ലായിറ്റ്ണ്ടാവും. രാഷ്ട്രീയം മൊത്തം ലക്ഷ്യം മാറിയപ്പം ഞാനത് നിർത്തി."

ചിണ്ടാട്ടന് അച്ഛൻ കോരാട്ടനെ ഓർമ്മ വന്നു.

കോരാട്ടന് മരണംവരെ പാർട്ടിക്കാരനായിരിക്കാൻ കഴിഞ്ഞു. മരിച്ചപ്പോൾ, ചെങ്കൊടി പുതപ്പിച്ച് പാർട്ടി ഓഫീസിൽ കിടത്തി. പിന്നെ ഒരുപാടാളുകളുടെ വിലാപയാത്ര, അനുശോചന സമ്മേളനം....

"രാഷ്ട്രീയപ്രവർത്തനം ഇപ്പോഴില്ലെന്ന് ഉറപ്പാണോ?"

പൊലീസുകാരൻ അല്പം ഗൗരവത്തിലാണ് ചോദിച്ചത്. അതു കേൾക്കെ ചിണ്ടാട്ടന് ദേഷ്യമാണ് വന്നത്.

"ഇല്ലെന്ന് പറഞ്ഞില്ലേ. ഞാങ്ങ പയേ ആള്കൾക്ക് വാക്കൊന്നേയില്ലു. ഉള്ള കാര്യം തൊർന്ന് പറയും. തമ്പുരാന്റെ കാലംതൊട്ട് പൊലീസാറ കാണ്ന്നതാ ഞാങ്ങ."

"ശരി, സമ്മതിച്ചു. ഇനി നിങ്ങളെ പേരില്ള്ള പരാതി പറയട്ടാ....?"

പൊലീസുകാരൻ മേശ തുറന്ന് ഒരു കടലാസെടുത്ത് നീട്ടിക്കാണിച്ച് പറഞ്ഞു.

"നാച്ചുറൽസ്" എന്ന കമ്പനീടെ ഫീൽഡ് ഓഫീസറെഴുതിത്തന്ന പരാതിയാണിത്. ഇന്ത്യയിലെ സകലമാന നാടൻ നെൽവിത്തിനങ്ങളുടെയും പേറ്റന്റ്, കമ്പനിയിൽ നിക്ഷിപ്തമാണ്. ആരെങ്കിലും കമ്പനി അറിയാതെയോ കമ്പനിയിൽനിന്ന് വാങ്ങിയ വിത്ത് മുഖേനയോ അല്ലാതെ കൃഷി ചെയ്യാൻ പാടില്ലെന്ന് നിയമമുണ്ട്. അത് ലംഘിച്ചവർക്കെതിരെ നടപടിയെടുക്കാൻ പൊലീസിനധികാരവുമുണ്ട്. ഈ ദുനിയാവിലെവിടെയെങ്കിലും ആരെങ്കിലും തുമ്മിയാൽ പോലും ആ നിമിഷം കമ്പനിയിൽ വിവരമറിയും. ചുറ്റിലും ചാരക്കണ്ണുകളാണവർക്ക്."

ചിണ്ടാട്ടന് പറയുന്നതു മുഴുവൻ മനസ്സിലായില്ലെങ്കിലും ചിരിച്ചുകൊണ്ട് തലയാട്ടി.

"ഞാള് അപ്പനപ്പൂപ്പന്മാറെ കാലം തൊട്ട്ള്ള ഏർപ്പാടാണിത് സാറേ. വിഷൂന്റന്ന് പോത്[22] കൊള്ളല്, മൂർച്ച[23]യ്ക്ക് മുൻപ് മൂർത്തം[24] നോക്കി പെര്ക്കല്[25]. വാളിച്ച[26], പൊരി, മൂർച്ച, നെല്ലൊണക്കല്.... വിത്തിനുള്ളത് മഞ്ഞും വെയിലും കൊള്ളിച്ച് കെട്ടിവെക്കും. പിന്നീം വാളല്, ഞാറിടല്.... വെള്ളരിയനും അല്ലിക്കണ്ണനും കോയ്യാലനും ചിറ്റേനിയും.... ഇങ്ങനെയാ ഞാങ്ങ തമ്പ്രാന്റെ കാലം തൊട്ടേ കൃഷി ചെയ്യ്ന്ന്. ഈ കാലത്ര്യുല്ലാത്ത അവകാശികള് ഇപ്പേട്ന്ന് വന്നിനി.... ? ഞാള്[27] സമ്മതിക്കൂല...."

പൊലീസുകാർ ഒന്നും മിണ്ടിയില്ല. ആ മൗനത്തിന്മേൽ തകർത്തു കയറി ചിണ്ടാട്ടൻ ഉഷാറായി.

"നിങ്ങ ജനങ്ങളെ സേവിക്കാൻ ന്ക്കാണ്ട് എന്തിനാന്ന് നമ്മള പറ്റിക്കാൻ വന്ന കമ്പനിക്കാർക്ക് വേണ്ടീറ്റ് പണിയെട്ക്ക്ന്ന്.... ?"

ചിണ്ടാട്ടന്റെ സ്വരം കർക്കശമായി. അന്നേരം കോരാട്ടന്റെ പ്രോത്സാഹനം ചിണ്ടാട്ടനെ തേടിവന്നു.

"ഈ പൊലീസ്ന്ന് പറയിന്ന സംവിധാനം പണ്ടേ ഇങ്ങനെന്നെ. നമ്മക്ക് വേണ്ടീറ്റല്ല അത്. ജന്മിക്കും സായിപ്പിനും വേണ്ടീറ്റാ അന്ന്. ഇപ്പം മൾട്ടിനാഷണല്കൾക്കും അധികാരത്തിലില്ലോർക്കും വേണ്ടിറ്റ്. അവര് പറഞ്ഞാ തല്ലും; വെടിവെക്കും. അതാന്ന് പോലീസ്. അവരിക്കെപ്പളും ഒര് യശമാനൻ വേണം മോളില്. സ്വാതന്ത്ര്യം കിട്ടിയ ശേഷും അതന്നെ ഗതി"

കോരാട്ടന്റെ കാലത്ത് പൊലീസ് ബ്രിട്ടീഷുകാരുടേതായിരുന്നു. എം എസ് പിയാണ് കുണിയനിൽ വന്ന് നെല്ല് കടത്തുന്നത് തടഞ്ഞ കർഷകർക്കെതിരെ വെടിവെച്ചത്.

ചിണ്ടാട്ടനെ പൊലീസ് ചോദ്യം ചെയ്യുന്ന നേരത്ത് ഒരു കൂട്ടുകാരന്റെയൊപ്പമായിരുന്നു, ചിണ്ടാട്ടന്റെ മകൻ. കോളേജു വിദ്യാഭ്യാസത്തിനുശേഷം കുറച്ച് കമ്പ്യൂട്ടറും പഠിച്ചുകഴിഞ്ഞ ദിനേശൻ ഗ്രാമത്തെ വെറുത്തു. കൃഷിയെ വെറുത്തു. പട്ടണത്തിലൂടെ നടക്കുമ്പോഴാണ് തൊട്ടുമുന്നിൽ ഒരു ബി എം ഡബ്ല്യു പതുങ്ങിവന്നുനിന്നത്. ഡോർ തുറന്ന് ചിരിച്ചയാളിനെ ഒരു മുഖപരിചയവും തോന്നിയില്ല. സ്റ്റിയറിങ്ങിൽനിന്ന് കൈയെടുക്കാതെ ഒരു പുത്തൻ പണക്കാരന്റെ കൃത്രിമ ഗൗരവത്തോടെ അയാൾ പറഞ്ഞു:

"കേറ്, ഉം, വേഗം."

ആദ്യം അമ്പരന്നുനിന്ന ദിനേശന് ഓർമ്മയിലൊരിടത്ത് മീശ കുരുക്കാത്ത മുഖം തെളിഞ്ഞുകിട്ടി.

കാറിൽ കയറിയ ശേഷമേ ബാക്കിച്ചരിത്രങ്ങൾ; ഓണക്കുന്നിലെ ഹൈസ്കൂൾ കാലത്തിന് ശേഷമുള്ള കഥകൾ അവരറിഞ്ഞുള്ളൂ. സ്റ്റീഫൻ കുറേക്കാലം അമേരിക്കയിലായിരുന്നു. അഗ്രിക്കൾച്ചറൽ രംഗത്ത് പ്രവർത്തിക്കുന്ന അവരുടെ കമ്പനി നാട്ടിലും പ്രവർത്തനം തുടങ്ങിയപ്പോൾ അയാൾ ഇങ്ങോട്ട് വന്നു. സ്റ്റീഫൻ അവനെയും കൊണ്ട് നഗരത്തിലെ ഒരു ബാറിൽ കയറി. ബാറിലെ ബഹളത്തിൽ നിന്നൊഴിഞ്ഞുമാറി, ഒരു സിംഗിൾ റൂമിൽ ഓരോ ലാർജിന് മുന്നിലിരുന്നു.

"ആ മനുഷ്യനോട് ഞാനന്നേ പറഞ്ഞതാണ്, എല്ലാ കണ്ടവും കൃഷിയും വിറ്റ് വേറെയെന്തെങ്കിലും ഏർപ്പാട്, ടൗണിലൊരു കമ്പ്യൂട്ടർ സെന്ററോ മറ്റോ.... അപ്പം ചോയിക്ക്യാ, കമ്പ്യൂട്ടറ്ണ്ടായാല് വയറ് നെറയ്യോന്ന്.... എവിടെ? ചത്താലും വിടൂല കൃഷിപ്പണീന്ന്. പാരമ്പര്യായിറ്റ് ചെയ്തതോലും. സ്റ്റീഫനറിയ്യോ. . പുഞ്ചക്കണ്ടങ്ങൾ പോലും ഇപ്പം മണ്ണിട്ട് നെകത്തി ഫ്ളാറ്റുകളും ഹോട്ടലുകളും കെട്ടാണ്. അപ്പോഴാ കൃഷിന്ന് പറഞ്ഞ് മരിക്ക്ന്ന്."

സ്റ്റീഫൻ ചിരിച്ചു. ഒരു ലാർജ് കൂടെ ഉള്ളിൽ ചെന്നപ്പോൾ ദിനേശൻ വാചാലനായി.

"ജന്മിയോട് പൊര്തി നേടിയതാന്നോലും. അതോണ്ട് ആ മണ്ണ് വിറ്റൂടാ, തൊലച്ചൂടാ.... അത് ചരിത്രാന്നോലും, ചരിത്രം. മണ്ണാങ്കട്ട."

"കൃഷിഭൂമി കൃഷിക്കാരന്.... കൃഷിഭൂമി കൃഷിക്കാരന്".

ദിനേശൻ എഴുന്നേറ്റ് ശബ്ദമുയർത്തി പാടാൻ തുടങ്ങി.

"കൃഷിക്ക് നമ്മുടെ പിതാക്കൾ ചെയ്തൊരു
തൊഴിൽക്കുപോകും ഞാൻ
സമർത്ഥനെന്നപ്പോലൊരു കർഷക
നുണ്ടാവില്ലെങ്ങും...."[28]

അവൻ വേച്ചുവേച്ച് വീഴാനടുത്തപ്പോൾ സ്റ്റീഫൻ താങ്ങി കസേരയിൽ കൊണ്ടിരുത്തി. അവൻ കസേരയിൽ കുഴഞ്ഞിരുന്നു.

അച്ഛന്റേയും മകന്റേയും ചരിത്രാനുഭവങ്ങൾ ഒരു സമയക്രമമനുസരിച്ച് ഒരേ നേർരേഖയിൽ തൊട്ട അതേ സന്ദർഭത്തിൽ ചിണ്ടാട്ടന്റെ മനസ്സിൽ ഒരു ഭൂമിക ഉയർന്നുപൊങ്ങി.

കൃഷിഭൂമി കൃഷിക്കാരന്.... അഭിനവഭാരത യുവക് സംഘം, കൊടക്കാട് സമ്മേളനം.... വല്യശമാനന്മാരുടെ പത്തായം കുത്തിത്തുറന്ന് നെല്ലെടുത്ത് ന്യായവിലഷാപ്പിൽ വിതരണം....

ജാഥകൾ, രാത്രിക്ലാസുകൾ, രഹസ്യയോഗങ്ങൾ, ചൂട്ടുവെളിച്ചത്തിലൂടെ രാത്രിനടത്തങ്ങൾ; ഒളിവുജീവിതങ്ങൾ, പൊലീസ്....

തിരക്കോട് തിരക്ക്. . കൊത്തിച്ചായ്ച്ച്[29] കണ്ടങ്ങൾ....

ഇടതുകൈയിൽ വിത്തുകുട്ടയെടുത്ത് വലതുകൈമുഷ്ടിക്കുള്ളിൽ വിത്തുവാരി വരമ്പരികിലൂടെ നടന്ന് കോരാട്ടൻ കാണിച്ചുകൊടുത്തു. തള്ളവിരലിനും ചൂണ്ടുവിരലിനുമിടയിലൂടെ വിത്ത് വഴുതിപ്പായുന്നത്.... കൈ ഒരേ ചേലില് നീങ്ങിയില്ലെങ്കിൽ ഞാറ് മുറ്റുകൂടും.

പൊലീസ് ചോദ്യമാവർത്തിച്ച് തുറിച്ചുനോക്കാൻ തുടങ്ങിയിട്ട് കുറച്ച് നേരമായി.

"തൊണ്ടച്ഛന്റെ കാലത്തും ഞാങ്ങ വിത്ത് വാങ്ങലില്ല. അച്ഛൻ കോരാട്ടന്റെ കാലത്തും. ഞാങ്ങ വാളും, മൂരും, കറ്റ മെതിക്കും; വണ്ട് പാറ്റി ഒണക്കി വിത്തെടക്കും. വെയിലും മഞ്ഞും കൊള്ളിച്ച് ചാക്കിൽ കെട്ടി സൂക്ഷിക്കും. ചാക്കിൽ കൈ കുത്തി നോക്കിയാലറിയ്യാ, ചിറ്റേനിയോ കോയ്യാലനോ അല്ലിക്കണ്ണനോന്ന്.... ."

പൊലീസുകാരന് ദേഷ്യം വന്നു.

"നിങ്ങളെ തൊണ്ടച്ഛന്റെ കാലൊന്നുല്ല ഇത്. എല്ലാറ്റിനും പേറ്റന്റ് ണ്ട്. നിങ്ങൾക്ക് വിത്ത് വേണോ, വളം വേണോ? എല്ലാം കമ്പനി തരും. കാർന്നോരിപ്പം പോ. തല്ക്കാലം കേസാക്കുന്നില്ല. എനി പരാതി കിട്ടിയാ അടങ്ങിയിരിക്കൂല."

പൊലീസുകാരൻ എഴുന്നേറ്റ് മറ്റൊരു കേസിലേക്ക് തിരിഞ്ഞു.

ചിണ്ടാട്ടന് എന്തൊക്കെയോ പറയാനുണ്ടായിരുന്നു. ഒന്നിനും ഇട കിട്ടിയില്ല. കോരാട്ടൻ മനസ്സിൽ കിടന്ന് കലിതുള്ളി.

'ഓ ഒരു ചങ്കൊറപ്പില്ലാത്ത നെയമം. ഞാളെ കാലത്താന്നെങ്കില് അയിന[30] നേരിട്ടിറ്റാ ഞാങ്ങ വളർന്നതും ജീവിച്ചതും. വെട്ടൊന്ന്, കഷ്ണം രണ്ട്. നെല്ല് ഞാങ്ങക്ക് വെശപ്പടക്കാന്ള്ള ധാന്യം മാത്രല്ല, സ്വാതന്ത്ര്യം കൂടിയാന്ന്. നെല്ലിനും കൃഷിക്കും വേണ്ടീറ്റാ ഞാള് സമരം ചെയ്തതും ചോര ചിന്തിയതും....'

ചിണ്ടാട്ടൻ പറഞ്ഞു.

"അച്ഛന് അങ്ങനെയ്യെല്ലം പറയാ. അച്ചന്റൊപ്പരം അന്ന് കർഷക സംഘലുണ്ട്. അതോണ്ട് സമരം ചെയ്യാ. പൊലീസിനോടും ജന്മിയോടും നേരിട്ടെതിർക്കാ. ഇന്നോ, പിന്നിലാരുമില്ലാത്ത നിസ്സഹായരായ അനാഥ ജന്മങ്ങളാന്ന് നമ്മ കൃഷിക്കാര്. ആരിക്ക് വേണം നമ്മള...."

കോരാട്ടന് ഉത്തരം മുട്ടി. ചിണ്ടാട്ടൻ തളർന്ന് നിസ്സഹായനായി ചുമര് ചാരിയിരുന്നുകൊണ്ട് പറഞ്ഞു:

"എനക്ക് കൃഷി ചെയ്യാണ്ടിരിക്കാനാവൂല. നെലം തരിശിട്ടാ എന്റച്ചന് സഹിക്കൂല. കർഷകാത്മാക്കള് സഹിക്കൂല.... അതുകൊണ്ടെന്ന തടവിലിട്."

ചിണ്ടാട്ടൻ പൊലീസ് സ്റ്റേഷനിലിരുന്ന് വിങ്ങിപ്പൊട്ടി.

കുറിപ്പുകൾ

1. പാടം, 2. മുറുക്കാൻ, 3. പാളത്തൊപ്പി, 4. അന്വേഷിച്ച്, 5. അല്പം കഴിഞ്ഞ്, 6. ഗുരുത്വം, 7. ഫ്യൂറഡാൻ കീടനാശിനി, 8. കണ്ടിരുന്നു, 9. അവർ 10. കലപ്പ, 11. മനുഷ്യന്റെ, 12. പുഴുങ്ങുന്ന, 13. വിത്തിടാൻ, 14. കൂട്ടയെവിടെ?,15. ഇവർ,16. ചെളിപ്പാടം, 17. കരച്ചിൽ, 18. ചിറക്കൽ കൂലോം, 19. കരിവെള്ളൂർ സമരരക്ത സാക്ഷികളായ തിടിൽ കണ്ണൻ, കീനേരി കുഞ്ഞമ്പു എന്നിവർ. 20. പയ്യന്നൂർ പട്ടണത്തിന്റെ പഴയ പേര്, 21. യജമാനന്മാർ, 22. ആദ്യവിത്തിടൽ, 23. കൊയ്ത്ത്, 24. മുഹൂർത്തം, 25. ആദ്യ മൂർച്ച, 26. വിതയ്ക്കൽ, 27. ഞങ്ങൾ 28. എൻ വി കൃഷ്ണവാര്യരുടെ കവിത, 29. പാകമാക്കിയ, 30. അതിനെ.

പ്രണയം: ചില സാമ്പത്തിക പരിഗണനകൾ

ഒരു വാലന്റേഴ്സ് ദിനത്തിലാണ് തുടക്കം. അതിനുമുൻപ് അവർ തമ്മിൽ കണ്ടിട്ടുണ്ട്. പരസ്പരം പരിചയപ്പെടാൻ ആഗ്രഹിച്ചിട്ടുമുണ്ട്. ഏഴാം സെമസ്റ്റർ കമ്പ്യൂട്ടർ എഞ്ചിനീയറിങ്ങിന് പഠിക്കുന്ന ശ്യാമളനും മൂന്നാം സെമസ്റ്റർ ഇൻഡസ്ട്രിയൽ ഇലക്ട്രോണിക്സിന് പഠിക്കുന്ന മീരയും. അവരിരുവരും സ്ഥലത്തെ പ്രധാനപ്പെട്ട സ്വാശ്രയ എഞ്ചിനിയറിങ് കോളേജിൽ പെയ്മെന്റ് സീറ്റിലാണ് അഡ്മിഷൻ നേടിയെടുത്തതെന്നതു കൊണ്ടു മാത്രമല്ല, തമ്മിൽ സൗഹൃദപ്പെടാൻ ആഗ്രഹിച്ചത്.

ശ്യാമളൻ എൻ ആർ ഐ ക്വാട്ടയിലാണെന്നത് രഹസ്യമല്ല. പൊതുവെ അത്തരക്കാർക്കുള്ള നിലയും വിലയും അംഗീകാരവും അവന് കിട്ടി. യു എസി ൽ ഒരു വൻകിട കമ്പനിയിൽ ജോലി ചെയ്യുന്ന മാതാ പിതാക്കളുടെ ഏക മകനാണെന്ന ഗൗരവം അവന്റെ പെരുമാറ്റത്തിലുണ്ട്. ഒരു സമ്പന്നന്റെ പ്രൗഢിയിലും അന്തസ്സിലും തരാതരം പോലെ വിവിധ വാഹനങ്ങളിൽ വന്ന് കൂട്ടുകാരുമായി സല്ലപിക്കുന്ന ശ്യാമളൻ അവർക്കിട യിൽ ഒരു ആരാധനാപാത്രമാണ്. വിവിധതരം ആധുനിക വസ്ത്രങ്ങളിൽ കൂട്ടുകാർക്കിടയിൽ എന്നും വേർതിരിഞ്ഞ് നില്ക്കുന്ന സുന്ദര കോമ ളനായ ശ്യാമളനെ കണ്ടപ്പോഴൊക്കെ ഒരു സൗഹൃദത്തിനുവേണ്ടി നിശ്ശ ബ്ദമായി ആഗ്രഹിച്ചുപോയിട്ടുണ്ട് അവൾ. അതേപോലെ എന്നും വർ ണ്ണാഭമായ വിവിധ വസ്ത്രങ്ങളിൽ ആധുനിക ഫാഷൻ തുളുമ്പുന്ന സൗന്ദ ര്യമായി കൂട്ടുകാരികൾക്കിടയിൽ നിറഞ്ഞുനില്ക്കുകയും അഹങ്കാരം കവി യുന്ന വിവിധ വാഹനങ്ങളിൽ കോളേജിന്റെ കവാടം കടന്നുവരികയും ചെയ്യുന്ന മീരയെ അവനും കണ്ടിട്ടുണ്ട്; പരിചയപ്പെടാൻ ആഗ്രഹിച്ചു പോയിട്ടുണ്ട്. താനൊരു പെൺനോട്ടക്കാരനല്ലെന്ന നാട്യം അവൻ വച്ചു

പുലർത്തുന്നുണ്ട്. ക്യാമ്പസിൽ അത്തരക്കാർക്ക് വിലയേറുമെന്ന് ചില സിനിമകൾ കാണിച്ചു തന്നിട്ടുമുണ്ടല്ലോ.

അങ്ങനെ അവരിരുവരും ആരാദ്യം പറയും എന്ന സന്ദേഹത്തിൽ നിശ്ശബ്ദമായി സൗഹൃദം കൊതിച്ചിരിക്കെയാണ് വാലന്റേഴ്സ്ഡേ സമീപത്തെത്തിയത്. അത് ഇരുവരെയും കോർത്തിണക്കാൻ ആയിരുന്നുവെന്ന് വാലന്റേഴ്സ്ഡേ പോലുമറിഞ്ഞില്ല.

അതൊരു സാധാരണ എഞ്ചിനിയറിങ് കോളേജായിരുന്നില്ല. വിദ്യാർത്ഥി രാഷ്ട്രീയം ക്യാമ്പസിനകത്ത് നിരോധിച്ചിരുന്നതിനാൽ (രക്ഷിതാക്കൾ ആഗ്രഹിച്ചിരുന്നതുപോലെ) വിദ്യാർത്ഥി സമരം ഇല്ലാതായിക്കഴിഞ്ഞിരുന്നു. സഹപാഠികൾ തമ്മിൽ തമ്മിലുള്ള സൗഹൃദ ബന്ധം ആഡംബര പ്രദർശനത്തിലും തമാശപറച്ചിലിലും (ടി വി ചാനലുകളിലെ കോമഡിഷോകളും ചില സിനിമാ തമാശകളും അതിനവരെ സഹായിച്ചുകൊണ്ടിരുന്നു), എസ് എം എസ് സന്ദേശങ്ങളിലും ഒതുങ്ങി. കൂടുതൽ വാഹനങ്ങളും കൂടുതൽ മൊബൈൽ ഫോണുകളുമുള്ളവർ അതിവേഗം അംഗീകരിക്കപ്പെട്ടു.

അങ്ങനെയിരിക്കെയാണ് മീരയ്ക്ക് ഒരു ഊമക്കത്ത് കിട്ടുന്നത്. മേൽവിലാസം വെളിപ്പെടുത്താനാഗ്രഹിക്കാത്ത ഒരാൾ എഴുതിയത്; കോളേജ് ക്യാമ്പസിനടുത്തുതന്നെയുള്ള പോസ്റ്റാഫീസിന്റെ സീൽ പതിച്ചത്. സന്ദേശങ്ങൾ സാധാരണയായി അവൾക്കു കിട്ടിക്കൊണ്ടിരുന്നതും കൈമാറിക്കൊണ്ടിരുന്നതും വാട്സാപ്പ്, ഇ–മെയിൽ രൂപങ്ങളിലാണെന്നതിനാൽ പുതിയ സന്ദേശലബ്ധി അവളെ അമ്പരപ്പിക്കുകതന്നെ ചെയ്തു. കത്ത് തുറന്ന് അവൾ പ്രവേശിച്ചത് മറ്റൊരു അതിശയിപ്പിക്കുന്ന വാർത്തയിലേക്കാണ്. അത് ഒരേ സമയം അവളെ സ്തബ്ധയാക്കുകയും സങ്കടപ്പെടുത്തുകയും ചെയ്തു.

ശ്യാമളൻ എൻ ആർ ഐ ക്വാട്ടക്കാരനല്ലെന്നും മുനിസിപ്പാലിറ്റിയിലെ ഒരു സാധാരണ എൻ എം ആർ ജീവനക്കാരന്റെ മകനാണെന്നും അവൻ ബാങ്ക് ലോണെടുത്താണ് എഞ്ചിനീയറിങ് കോളേജിൽ ഫീസടയ്ക്കുന്നതെന്നും കത്തിൽ വ്യക്തമാക്കിയിരുന്നു. ഈ വെളിപ്പെടുത്തലിൽ സംശയം തോന്നുന്നുവെങ്കിൽ മീര, ഇത്രയും ചെയ്യുക.

1) എക്സ് വൈ ഇസഡ് കോളനിയിലെ ശ്യാമളന്റെ വീട് കാണാൻ താല്പര്യം പ്രകടിപ്പിക്കുക.

2) കാനറാബാങ്ക് ടൗൺ ശാഖയിലെ അക്കൗണ്ട് നമ്പർ.... .... ആയ ഇടപാടിനെക്കുറിച്ച് അന്വേഷിക്കുക.

3) മുനിസിപ്പാലിറ്റി മെയിന്റനൻസ് സെക്ഷനിലെ എൻ എം ആർ വർക്കർ കുമാരനെ പരിചയപ്പെടുക. അയാൾക്ക് മീരയെ സഹായിക്കാൻ കഴിഞ്ഞേക്കും.

ഇതിൽ ആദ്യത്തെ ജോലി ഉടൻ പൂർത്തിയാക്കാൻ മീരയുറച്ചു. അവന്റെ വീടു കാണാൻ താല്പര്യം പ്രകടിപ്പിച്ചപ്പോൾ ശ്യാമളൻ ചിരിച്ചു.

"ഡാഡിയും മമ്മിയും വിദേശത്തായതിനാൽ ടൗണിലെ വലിയ വീട് വാടകയ്ക്ക് കൊടുത്തിരിക്കുകയാണ്. പണം ആവശ്യമായതുകൊണ്ടല്ല. വൃത്തിയാക്കാനും കാലാകാലം മെയിന്റനൻസിനും മെനക്കെടാനുള്ള ബുദ്ധിമുട്ടാണ് കാരണം. ഇക്കാലത്ത് ഒരു കാര്യവും വേലക്കാരെ വിശ്വസിച്ച് ഏല്പിക്കാനാവില്ലെന്ന് മീരയ്ക്കറിയാമല്ലോ. മാത്രവുമല്ല, തനിച്ച് താമസിക്കുന്നതാണ് എനിക്കിഷ്ടം. അതിനാൽ താമസം ലോഡ്ജിലാക്കി."

രണ്ടാമത്തെകാര്യം എങ്ങനെ അന്വേഷിക്കും എന്ന് മീരക്ക് തീർച്ചയില്ല. ബാങ്കുകൾ അവരുടെ ഇടപാടുകാരെക്കുറിച്ച് വെളിപ്പെടുത്താനിടയില്ല. അതിനാൽ മൂന്നാമത്തെ ഇനത്തിലേക്ക് കടന്നു. ഒന്നുരണ്ടു പ്രാവശ്യം മുനിസിപ്പൽ ഓഫീസിൽചെന്ന് മെയ്ന്റനൻസ് സെക്ഷനിൽ അന്വേഷിച്ചെങ്കിലും കുമാരൻ പണിസ്ഥലത്താണ് എന്ന ഉത്തരമാണ് ലഭിച്ചത്.

ഈ പ്രശ്നത്തിൽതന്നെ തല പൂഴ്ത്തിയിരിക്കെ, മീരയ്ക്ക് രണ്ടാമതൊരു കത്തുകൂടി കിട്ടുന്നു. നേരത്തെ വന്ന അതേ കൈയക്ഷരത്തിൽ. സ്വയം അന്വേഷിക്കാൻ ബുദ്ധിമുട്ടുണ്ടെങ്കിൽ സിറ്റിയിലെ ഇരുപത്തിയെട്ടാം നമ്പർ ടവറിലെ "ഇസഡ്" എന്ന പ്രൈവറ്റ് അന്വേഷണ ഏജൻസിയെ സമീപിക്കുക. ഒരീച്ചപോലുമറിയാതെ അവർ സത്യസന്ധമായി അന്വേഷിച്ച് മണിക്കൂറുകൾക്കകം റിപ്പോർട്ട് സമർപ്പിച്ചിരിക്കും. വിശദവിവരങ്ങൾക്ക് അവരുടെ www. z. com എന്ന വെബ്സെറ്റ് നന്ദർശിക്കുക.

മീര, പുതിയ വഴി തെരഞ്ഞെടുക്കാൻ തീരുമാനിച്ചു. സംശയം തോന്നാതിരിക്കാൻ ശ്യാമളബന്ധം ഒന്നുകൂടി ഗാഢമാക്കാനും ഉറച്ചു. സ്റ്റേഡിയത്തിലെ കൽപടവുകളിലൊന്നിൽ അവളുടെ മടിയിൽ അവൻ തലചായ്ച്ചിരിക്കവെ, അവൾ ഉള്ളാലെ ചിരിച്ചു. "ഏതാനും ദിവസങ്ങൾക്കുള്ളിൽ നിന്റെ കള്ളത്തരം പൊളിക്കുമല്ലോടാ എന്നാറൈക്കാരാ....."

അവന്റെ മനസ്സിലപ്പോൾ മറ്റൊന്നായിരുന്നു.

പട്ടണത്തിൽ മൂന്നു ബിസിനസ് സ്ഥാപനങ്ങൾ; കിഴക്കൻ മലയടിവാരത്തിൽ ഒരു ഏലത്തോട്ടം. എല്ലാറ്റിനും ഏക അവകാശി. അടിച്ചെടുത്തല്ലോ കള്ളാ നീ.... അവന്റെ ചിരി കണ്ട് മീര അന്ധാളിച്ചു.

ഏതാനും ദിവസത്തെ അന്വേഷണത്തിനുശേഷം "ഇസഡ്" മീരയ്ക്ക് കൃത്യമായ റിപ്പോർട്ടെത്തിച്ചുകൊടുത്തു. ആ റിപ്പോർട്ടിന്റെ അടിസ്ഥാനത്തിൽ അവൾ ശ്യാമളന് കത്തെഴുതി.

മുനിസിപ്പാലിറ്റിയിലെ ഒരു സാധാരണ എൻ എം ആർ വർക്കറിന്റെ മകനും കാനറാ ബാങ്ക് ടൗൺ ശാഖയിൽനിന്ന് വിദ്യാഭ്യാസ വായ്പ

യെടുത്ത് കടക്കാരനായിത്തീർന്നിരിക്കുന്നവനും ആയ ശ്യാമളനുമായുള്ള പ്രണയം ഇനിമേൽ തുടരാൻ താല്പര്യമില്ല. ഒരു സാധാരണ സൗഹൃദം മാത്രമെ നാം തമ്മിൽ ഉണ്ടായിരിക്കുകയുള്ളൂ.

കത്ത് വായിച്ച ശ്യാമളൻ ചിരിച്ചു. മീരയ്ക്ക് കിട്ടിയ ആ രണ്ട് ഊമക്കത്തുകളും എഴുതിയത് അവനായിരുന്നു. പട്ടണത്തിൽ അഞ്ചാറ് കൂറ്റൻ ബിസിനസ് സ്ഥാപനങ്ങളും മൂന്ന് നാല് കൊട്ടാരതുല്യമായ വീടുകളും മലയടിവാരത്തിൽ രണ്ട് ഏലത്തോട്ടങ്ങളുമുള്ള കുടുംബത്തിലെ ഒരേയൊരു പെൺകുട്ടിയുമായി അവൻ ഇതിനകം തന്നെ പ്രണയം തുടങ്ങിക്കഴിഞ്ഞിരുന്നു.

മാക്കത്തെയ്യം

കടാങ്കോട്ട് മാക്കത്തെ കെട്ടിയാടുന്നതു കാണാൻ കുഞ്ഞിമംഗലത്തെ ആരൂഢത്തറവാട്ടിലേക്ക് കാരിച്ച്യമ്മ,കൊച്ചുമോളെയും കൂട്ടി പുറപ്പെട്ടു. വയൽവരമ്പിലൂടെ കുറച്ചുദൂരം നടന്ന് ഒന്നുരണ്ട് അനാദിക്കടകളും ഒരു പെട്ടിക്കടയുമുള്ള ഒരു കവലയിലെത്തി ബസ് കാത്തു നിന്നു. ഒട്ടേറെനേരം നിന്ന് മടുത്തപ്പോൾ പെട്ടിക്കടക്കാരനോട് ബസിനെപ്പറ്റി ചോദിച്ചു.

"ഇന്ന് ബസ് സമരാന്നമ്മാമ്മേ, വടക്കോട്ടേട്ട്യോ എന്തോ കൊയപ്പം[1]. ബസ്സൊന്നും ഓടൂല. ന്ങ്ങക്കേട്ട്യാപോണ്ട്?"

"കുഞ്ഞാങ്ങലത്ത്; മാക്കപ്പോതീന കാണാൻ."

"ഈ ബസില്ലാത്ത നേരത്തെന്നെ പോണാ?"

അല്പം തമാശയായി അയാൾ ചോദിച്ചത് കാരിച്ച്യമ്മയ്ക്കത്ര പിടിച്ചില്ല.

"സമരം തീർമ്പളേക്ക് മാക്കപ്പോതീണ്ടാവ്വാ?"

കാരിച്ച്യമ്മയുടെ ശുണ്ഠി കണ്ട് പീടികക്കാരന്റെ മുഖം കരിതേച്ച പോലായി. അയാൾ ശ്രദ്ധ തിരിച്ചു.

"ഓ, എന്തെങ്കിലും വണ്ടി ഓടാണ്ക്കൂല.... ."

കൊച്ചുമോളെ നോക്കിപ്പറഞ്ഞ് പ്രതീക്ഷയോടെ വീണ്ടും റോഡിന്റെ കാണായ അകലത്തേക്ക് കണ്ണുംനട്ട് നിന്നു. അവളാകട്ടെ, അമ്മമ്മ പറയുന്നതൊന്നും ശ്രദ്ധിക്കാതെ, യാത്രക്കാർക്ക് ഇരിക്കാനുണ്ടാക്കിയ തകരപ്പാളി മേഞ്ഞ ഷെഡിനകത്ത് കയറി നിന്ന് ചുറ്റും കണ്ണോടിക്കുകയായിരുന്നു. കാരിച്ച്യമ്മയ്ക്കിത് കുറെക്കാലമായിട്ടുള്ള ആഗ്രഹമാണ്. കടാങ്കോട്ട്മാക്കം ആരൂഢത്തറവാട്ടിൽ പോയി തെയ്യം കാണാൻ. ഓരോരോ കാരണം കൊണ്ടത് മുടങ്ങി. ഇത്തവണ എന്തായാലും മുടങ്ങരുതെന്ന് വിചാരിച്ചതാണ്. പോരെങ്കിൽ മാക്കപ്പോതി സ്വപ്നത്തിൽ വന്ന് ചോദിക്കുകയും ചെയ്തു.

"എന്തേ പൈതങ്ങളെ; ഇത്ര കാലായിട്ടും എന്നെക്കാണാൻ വന്നില്ല?

കാരിച്ച്യമ്മ വേഷ്ടിയുടെ കോന്തല തപ്പി. പണ്ടേ തൊഴാനുഴിഞ്ഞു

വെച്ച പൈസ അവിടെ ഭദ്രമായുണ്ടെന്നറിഞ്ഞ് സമാധാനമായി. വിരിക്കാനുള്ള തുണി കൈയിലെ പ്ലാസ്റ്റിക് കവറിലുണ്ട്.

"അമ്മമ്മേ, കാല് കടഞ്ഞിറ്റ് വയ്യ; നമ്മക്ക് തിരിച്ചുപോവാ....."

ഒപ്പമുള്ള സരിതയുടെ സാന്നിദ്ധ്യം അന്നേരം അവർക്കോർമ്മ വന്നു.

"ന്ക്കട്ട്ണേ, കൊർച്ച്നേരും കൂടി നോക്കാ...."

കാരിച്ച്യമ്മയ്ക്ക് കഷ്ടം തോന്നി. പന്ത്രണ്ടു വയസ്സേ ആയുള്ളുവെങ്കിലും അവളുടെ പ്രായത്തിൽ കവിഞ്ഞ ശാരീരിക വളർച്ച കാരിച്ച്യമ്മയെ അലട്ടുന്നുണ്ട്.

"ഓള് ബാല്യക്കാരത്തിയായി. എനി പൊർത്തേക്ക് കൂട്ടിക്കൊണ്ടോവ്ന്നത് സൂക്ഷിച്ച് വേണം." അയൽക്കാരിലൊരാൾ ഈയിടെ ഓർമ്മിപ്പിച്ചിരുന്നു.

"ഇപ്പം ഓൾക്കാകെയില്ലത് ഈ വയസ്സത്തിയാന്ന്. നാള എനക്കെന്തെങ്ക്ലും പറ്റിയാ ഈ നാരി[2] എന്റെ ദൈവേ....."

കാരിച്ച്യമ്മയുടെയുള്ളിൽ ഒരു നിലവിളി പെരുത്തു.

അമ്മമ്മയുടെ കണ്ണുനിറയുന്നത് എന്തിനാണെന്നറിയാതെ അവൾ കുഴങ്ങി. താൻ തിരിച്ചുപോകാൻ വാശികൂട്ടിയതുകൊണ്ടാവും അമ്മമ്മയ്ക്കിത്ര മനഃപ്രയാസം എന്നവൾക്കു തോന്നി. കാരിച്ച്യമ്മയുടെ വേഷ്ടിമേൽ അവൾ ചുറ്റിപ്പിടിച്ചു. അതവളുടെ സമാധാനിപ്പിക്കലിന്റെ ഭാഷയാണെന്ന് കാരിച്ച്യമ്മയ്ക്ക് നന്നായറിയാം. അവൾക്കു വേണ്ടി ജീവിക്കാനും സങ്കടപ്പെടാനും ഈയമ്മയല്ലാതെ മറ്റാരാണുള്ളത്?

അതിസുന്ദരിയായിരുന്നു അവളുടെ അമ്മ, ഓമന. ഓമനത്തം തുളുമ്പുന്ന മുഖം. അവൾ വീട്ടിലാകെ അവശേഷിപ്പിച്ചുപോയത് അടിഭാഗത്ത് പൂപ്പൽ പടർന്നു തുടങ്ങിയ ഒരു ബ്ലാക്ക് ആന്റ് വൈറ്റ് ഫോട്ടോയാണ്. പാവാടയ്ക്കു മേൽ ധാവണി ചുറ്റി കാതിലെ ജിമിക്കിക്കൂട് മറയാതെ നീണ്ട് സമൃദ്ധമായ മുടി മെടഞ്ഞ് മുന്നിലേക്കിട്ട് കൂട്ടുകാരികൾക്കൊപ്പം കണ്ണുകളിൽ പൂത്തിളക്കത്തോടെയും ചുണ്ടിൽ മന്ദഹാസത്തോടെയും നില്ക്കുന്ന ഫോട്ടോയിൽ അവളെത്രയോ വട്ടം നോക്കി വിങ്ങിപ്പൊട്ടിയിട്ടുണ്ട്. അതിനപ്പുറവും ഇപ്പുറവും ഒരോർമ്മയിൽ സൂക്ഷിക്കാൻ മറ്റൊന്നും അവശേഷിപ്പില്ലാത്ത അമ്മ. ഓർമ്മയുറയ്ക്കാൻ തുടങ്ങിയപ്പോൾ തൊട്ട് അമ്മമ്മയാണവളുടെ അമ്മ; ഈ കറുത്തു മെലിഞ്ഞ എരങ്കോലു പോലത്തെ കാരിച്ച്യമ്മ.

ഇനിയിപ്പം ഒരു വാഹനവും കിട്ടാനിടയില്ലെന്നു തോന്നി തിരിച്ചു പോകേണ്ടിവരുമല്ലോ എന്ന സങ്കടവും ഉള്ളിലൊതുക്കി നില്ക്കുമ്പോഴാണ് ഒരു ജീപ്പ് കാരിച്ച്യമ്മയുടെ മുന്നിൽ വന്നു നിർത്തിയത്. അതിൽ നിറയെ ആളുകളുണ്ട്. ജീപ്പിനു പിറകിലും ഒരാൾ തൂങ്ങി നില്ക്കുന്നുണ്ട്. അവർ അമ്മമ്മയെയും മോളെയും മാറി മാറി നോക്കി. പുറത്ത് തൂങ്ങി നിൽക്കുന്നയാൾ കാരിച്ച്യമ്മയോട് എങ്ങോട്ട് പോകാനാണെന്ന് ചോദിച്ചു. അവർ മടിച്ചുമടിച്ചു സ്ഥലം പറഞ്ഞു.

"ആട്ത്തേക്കൊന്നും ഇത് പോവൂല. എടാട്ടെറങ്ങ്യാ എന്തെങ്ക്ലും ക്ട്ടും." അയാൾ പറയുന്നത് തികച്ചും മനസ്സിലാവാതെ സംശയിച്ച് നിന്നപ്പോൾ അയാൾ അസഹ്യത ഭാവിച്ച് പറഞ്ഞു:

"കേറ്ന്നെങ്ക്ല് വേംകേറ്. എനി വേറെ വണ്ടി ക്ട്ടുംന്ന് വിജാരിക്കണ്ട". കാരിച്ച്യമ്മ ഏന്തിവലിഞ്ഞ് പിറകിലൂടെ കയറി ഒരാൾ ഒതുങ്ങിയ ഇത്തിരി സ്ഥലത്ത് ചണ്ണകുത്തി. വാമോളേന്ന് പറഞ്ഞ് സരിതയെ പിടിച്ചുകയറ്റി മടിയിലിരുത്തി. തിക്കിത്തിരക്കി ശ്വാസം മുട്ടിയിരുന്നതിനാൽ അവർക്ക് പുറംകാഴ്ചകൾ നഷ്ടപ്പെട്ടു. എന്നാലും മാക്കപ്പോതിയെ കാണാനല്ലേ എന്ന ആശ്വാസത്തിൽ അമർന്നിരുന്നു.

"വല്ലാത്ത കുമറിച്ച"[3]

കാരിച്ച്യമ്മ, വേഷ്ടിയുടെ കോന്തല കൊണ്ട് വിയർപ്പ് തുടച്ചു.

ഇടയ്ക്ക് ഒന്നുരണ്ടിടത്ത് നിർത്തി ഏതാനും പേർ ഇറങ്ങിയെങ്കിലും അത്രയും പേർ പുതുതായി കയറിപ്പറ്റി. വീർപ്പുമുട്ടൽ നിറഞ്ഞ ജീപ്പ് യാത്ര കുറെ പിന്നിട്ടപ്പോൾ ജീപ്പ് ഒരിടത്ത് നിർത്തി. തൂങ്ങിനിന്നയാൾ താഴെയിറങ്ങി വാതിൽ തുറന്ന് കാരിച്ച്യമ്മയോടായി പറഞ്ഞു:

"വേഗം എർങ്ങിക്കോ; ഈട്ന്ന് കൊർച്ച് പോയാ കുഞ്ഞാങ്ങലത്തെത്താ.... "

വാഹനങ്ങളോ ആളനക്കമോ ഇല്ലാത്ത ഒരു സ്ഥലത്ത് അവരെ ഇറക്കി ജീപ്പ്, യാത്ര തുടർന്നു.

രണ്ട് റോഡുകൾ കൂട്ടിമുട്ടുന്ന ഒരു ജങ്ഷനായിരുന്നു അത്. ഇതിലേതിലെ പോയാലാണ് എത്തുകയെന്നറിയാതെ അവർ അന്തിച്ചു നിന്നു. ചോദിക്കാൻ ആ പരിസരത്തെങ്ങും ആരുമില്ല. ഒന്നുരണ്ടു കടകളുള്ളത് അടച്ചിട്ടിരുന്നു. കുറച്ചു നേരം പിന്നിട്ടപ്പോൾ കാരിച്ച്യമ്മയ്ക്കാകെ പേടി തോന്നി. അവർ സരിതയുടെ കൈ മുറുകെ പിടിച്ചു. തന്റെ കൈ അമ്മമ്മയുടെ പിടിയിൽനിന്നും വിടുവിക്കാനൊരു ശ്രമം നടത്തിയെങ്കിലും ആ പിടി കൂടുതൽ മുറുകുകയാണുണ്ടായത്. ആളുകളെ കുത്തി നിറച്ച ഏതാനും വാഹനങ്ങൾ; ജീപ്പുകളും കാറുകളും ഓട്ടോറിക്ഷകളും അവരെ ശ്രദ്ധിക്കാതെ ചീറിപ്പാഞ്ഞുപോയി. പകൽവെളിച്ചം കുറഞ്ഞുകുറഞ്ഞു വരുന്നു. വെള്ളത്തിൽ മഷി കലക്കിയതുപോലെ ആകാശത്ത് ഇരുൾ പരക്കുന്നത് കണ്ട് അവരാകെ പരിഭ്രമിച്ചു. കാരിച്ച്യമ്മ, പോകുന്ന വാഹനങ്ങൾക്കെല്ലാം കൈനീട്ടിയിട്ടും അവരെ ശ്രദ്ധിക്കാതെ അവ കടന്നുപോയപ്പോൾ ആരോടെന്നില്ലാതെ അവർ അരിശപ്പെട്ടു.

"അതെല്ലാം അപ്പ്യ അങ്ങ്ന്നേ സ്പെഷലാക്കി വെർന്നതാണമ്മമ്മേ."

അമ്മമ്മയുടെ പരവേശം കണ്ട് സരിത പറഞ്ഞു.

"വാ, നടക്കാ,എനി കാത്ത് നിന്നിറ്റ് കാര്യ്യുല്ലാന്ന് തോന്ന്ന്. ഒന്നും ബല്ലാത്ത ദിക്കിലായല്ലാന്റെ തൊണ്ടച്ചൻ ദൈവേ...."[4]

കാരിച്ച്യമ്മ അവളുടെ കൈവിടാതെ വലതുഭാഗത്തേക്കുള്ള വീതി കുറഞ്ഞ റോഡിലേക്ക് നീങ്ങി റോഡിനോരംപറ്റി ധൃതിയിൽ നടന്നുതുടങ്ങി.

ഒരു ഓട്ടോറിക്ഷ അവരെയും കടന്ന് മുന്നോട്ടു പോയി പെട്ടെന്ന് ബ്രേക്കിട്ടു നിന്നു.

"നോക്ക്ഡാ ഒര് വെടിക്കെട്ട് സാധനം...."

അതിനകത്തുനിന്ന് ഒരാൾ അവരെച്ചൂണ്ടി പറയുന്നത് കേട്ടു. പിന്നെ രണ്ടുമൂന്നു തലകൾ പുറത്തേക്ക് എത്തിവലിഞ്ഞ് വന്നു. എന്തായാലും

കാരിച്ച്യമ്മയ്ക്കല്പം സമാധാനമായി. ഇവരോടെങ്കിലും ഒന്നു ചോദിക്കാമല്ലോ. തല പുറത്തേക്കിട്ടവരിൽ ഒരുത്തൻ ശബ്ദമുയർത്തി ചോദിച്ചു:

"അമ്മാമ്മ തെയ്യത്തിനാറ്റാ?"

"ങാ; ഈടന്ന് തൊപ്പൻ[5] ദൂരണ്ടാ മോനെ?"

"ഒർപാട് നടക്കാന്ണ്ട്; ഈ സമയത്ത്ങ്ങന നടക്കണ്ട. ഈല് കേറിക്കോ. ഇല്ല സ്ഥലത്ത് അഡ്ജസ്റ്റാക്കാ."

ആകെ ഇറുകിപ്പിടിച്ചുള്ള ആ യാത്രയിൽ കാരിച്ച്യമ്മയ്ക്ക് ശ്വാസം മുട്ടുന്നതായി തോന്നി. അതിലും അസഹനീയം അവരുടെ വായ തുറക്കുമ്പോഴുള്ള വൃത്തികെട്ട മണമാണ്. സരിതയെ അവർ മത്സരിച്ച് ഇറുക്കിക്കൊല്ലുകയാണ്. അവളുടെ മുഖത്ത് ഭയം കിടുകിടുത്തത് അവർ കണ്ടു. മറ്റൊരു അവസരത്തിലായിരുന്നെങ്കിൽ കാരിച്ച്യമ്മ ചെറുത്തേനെ. ഒരിക്കൽ ഓമനയുടെ കൈക്ക് പിടിക്കാനൊരുത്തൻ ശ്രമിച്ചപ്പോൾ അവന്റെ പിന്നാലെ ചീറിപ്പാഞ്ഞിട്ടുണ്ട്, കാരിച്ച്യമ്മ. അവൾക്കന്ന് പതിനേഴോ പതിനെട്ടോ പ്രായം. നഴ്സിങ്ങിന് ചേർക്കാൻ അവളെയും കൂട്ടി നാട്ടുകാരനായ കൃഷ്ണൻ മാഷുടെയൊപ്പം പോയപ്പോഴായിരുന്നു അത്. കാരിച്ച്യമ്മയുടെ ആക്രോശം കണ്ട് മാഷ് ചിരിച്ചു:

"ചെലതെല്ലാം നമ്മ കണ്ടില്ലാന്ന് നടിക്കണം കാരിച്ച്യമ്മേ, എല്ലേങ്കില് കലമ്പാനേ[6] നേരം കാണൂ."

അതിൽ പിന്നെയും പൂർണ്ണമായും ക്ഷമിക്കാനായിട്ടില്ല, അവർക്ക്. പിന്നീടവളുടെ താമസം ഹോസ്റ്റലിലായി. വല്ലപ്പോഴുമേ വീട്ടിൽ വരൂ. റിസർവേഷനായതുകൊണ്ട് താമസവും ഭക്ഷണവും സർക്കാർ വകയാണ്. ഒരു അവധിക്കാലത്തവൾ വീട്ടിൽ കുറെദിവസം നിന്നപ്പോൾ ഒരു ചെറുപ്പക്കാരൻ വന്നു. അവന്റെ അമ്മേയെന്ന വിളി അത്ര സുഖമായി തോന്നിയില്ലെങ്കിലും ക്ഷമിച്ചു. അവൻ പോയപ്പോഴതിനെച്ചൊല്ലി വഴക്കായി. പഠിപ്പാണ്, പരീക്ഷയാണ്, എന്നെല്ലാം പറഞ്ഞ് പിന്നീടവൾ വീട്ടിൽ വരാതായപ്പോൾ കൃഷ്ണൻമാഷെ നിർബ്ബന്ധിച്ച് അന്വേഷിക്കാൻ വിട്ടു. അവൾ കോളേജിൽ പോകാറില്ലെന്നും ഹോസ്റ്റലിൽനിന്നും പുറത്താക്കിയെന്നും മറ്റുമാണ് മാഷ് വന്ന് പറഞ്ഞ വിവരം. വീട്ടിൽ വന്ന ചെറുപ്പക്കാരനെ മങ്ങലം കഴിച്ച് താമസം അവന്റെ കൂടെയാണെന്ന് പിന്നീടറിഞ്ഞു. ഓട്ടോറിക്ഷ ഓടിക്കലാണ് അവന് പണിയെന്നും.

"ദൈവേ, എന്റെ പ്രതീക്ഷ തച്ച് കെട്ത്തിയല്ലപ്പാ മഹാപാവി" എന്ന കരച്ചിൽ കാരിച്ച്യമ്മയിൽ വളരെക്കാലം വറ്റാതെനിന്നു. അതെല്ലാം മറന്നേക്കാൻ മാഷ് അന്നേ പറഞ്ഞിരുന്നു. അന്ന് കോരാട്ടൻ ജീവിച്ചിരിപ്പുണ്ട്. രോഗിയായി നിത്യ ചികിൽസയിലാണെങ്കിലും ആണുംതൂണുമായി വീട്ടിലൊരാളുള്ളത് ഒരു ബലം തന്നെയായിരുന്നു കാരിച്ച്യമ്മയ്ക്ക്. "ഓർക്ക് ആയുസ്സ് നീട്ടിക്കൊട്ക്കണേയെന്റെ തൊണ്ടച്ചൻ ദൈവേ" എന്ന് കാരിച്ച്യമ്മ എപ്പോഴും അകം നൊന്ത് പ്രാർത്ഥിച്ചു. എന്നിട്ടും ഓറ് പോയി. ഓറ് പോയതിൽ പിന്നെയാണ്; ഓമന ഒരു കുഞ്ഞിനെയും കൊണ്ട് വീട്ടിൽ വന്നു. നല്ല തങ്കം പോലത്തെ മോള്. ഓറ് ചത്തപ്പം പോലും തിരിഞ്ഞു നോക്കാതിരുന്നോളാണ്.

കാരിച്ച്യമ്മയ്ക്ക് അരിശം വന്നെങ്കിലും ക്ഷമിച്ചു.

കുഞ്ഞ് കൈയിലെ പൊതിയിൽനിന്ന് തലചെരിച്ച് അമ്മയുടെ മുലക്കണ്ണ് പരതി. അതുകണ്ടപ്പോൾ കാരിച്ച്യമ്മയുടെ ഉള്ളലിഞ്ഞു.

"എനി അമ്മേനവിട്ടിറ്റ് ഞാനേട്യും പോവൂലപ്പാ.... "

അവൾ കരഞ്ഞുപറഞ്ഞു.

ക്രമേണ സതീശനും അവിടെ വന്നു തുടങ്ങി.

"അമ്മാമ്മേ, മാക്കപ്പോതീന കാണണ്ടേ, എറങ്ങീക്കോ. തോറ്റം തൊടങ്ങീറ്റ് നേരം കൊർച്ചായീന്ന് തോന്ന്ന്."

ഓട്ടോറിക്ഷക്കാരൻ ചിരിച്ചുകൊണ്ട് പറഞ്ഞു. കാരിച്ച്യമ്മ റിക്ഷക്കകത്തെ വീർപ്പുമുട്ടലിൽ നിന്നും പുറത്തുചാടി എറുമ്പിൻകൂട്ടിൽ നിന്ന് രക്ഷപ്പെട്ടമാതിരി ആശ്വാസം കൊണ്ടു. ഇളം കാറ്റിന്റെ തലോടൽ അനുഭവിച്ചു. കാരിച്ച്യമ്മ റിക്ഷക്കാരനു നേരെ പൈസ നീട്ടിയതവൻ തിരസ്കരിച്ചു.

"നമ്മ്ളെ മറക്കാണ്ടിര്ന്നാ മാത്രം മതി അമ്മാമ്മേ" കണ്ണിറുക്കിച്ചിരിച്ചുകൊണ്ട് മറ്റൊരുത്തൻ പറഞ്ഞത് കാരിച്ച്യമ്മയ്ക്കത്രപിടിച്ചില്ല. എങ്കിലും മറുത്തൊന്നും പറഞ്ഞില്ല. പൊടിപടലങ്ങൾ ഇടതിങ്ങിയ വഴികളിലൂടെ, ഇരുവശത്തും കളിക്കോപ്പുകളും പലഹാരഭരണികളും നിറച്ച വാണിഭങ്ങൾക്കിടയിലൂടെ കാരിച്ച്യമ്മ, സരിതയുടെ കൈയും പിടിച്ച് ധൃതിയിൽ നടന്ന് കളിയാട്ടപ്പറമ്പിലെത്തി. കാമ്പ് വിളക്കിന്റെ പ്രഭയിൽ കുളിച്ച് തോറ്റം താളത്തിൽ നീട്ടിച്ചൊല്ലുന്നു. ചുറ്റുമിരിക്കുന്നവർ സ്വയം മറന്ന് ആസ്വദിക്കുന്നു. ഇടയ്ക്കവർ കണ്ണുതുറക്കുന്നുണ്ട്. അവർക്കരികിൽ ഒരു തുണിവിരിച്ച് കാരിച്ച്യമ്മയും കൊച്ചുമോളുമിരുന്നു.

*കാമ്മൽ കിടത്തി കണ്ണെഴുതുന്നു പൊൻകുഞ്ഞിക്ക്
അഞ്ജനം കൊണ്ടാണേ കണ്ണെഴുതുന്നതോ
പൊഴുതാലെ തളികയിലരിയും നെലവിളക്കും വെച്ചോ,
നാരോത്തിന്റേല പൊൻപിലാവിലകൊണ്ട് വെക്ക്ന്നോ
കുങ്കുമത്താലെ കുഞ്ഞിക്ക് കുറിതൊടുന്നോ
കോടിനൂലരഞ്ഞാണം അരയൊപ്പിച്ചോ....
മാക്കം ജനിച്ചു കയിഞ്ഞ്വാ അമ്രാളേ.... ?"

കാരിച്ച്യമ്മ സംശയം തീരാതെ അടുത്തിരുന്ന് പാട്ടിൽ മുഴുകുന്ന സ്ത്രീയെ തൊട്ടുവിളിച്ചു. അവർ തോറ്റത്തിൽ നിന്ന് ദൃഷ്ടിമാറ്റാതെ അസഹ്യതയോടെ പറഞ്ഞു:

"ചോറൂണ് മങ്ങലം കയ്യാനായല്ലാപ്പാ, ന്ങ്ങ ഏട്ന്നാ വെര്ന്നിപ്പം?"

കാരിച്ച്യമ്മ മറുത്തൊന്നും പറയാതെ തോറ്റംപാട്ടിലേക്ക് കാതുകൂർപ്പിച്ചു.

പന്ത്രണ്ടാണുങ്ങൾക്കു ശേഷം ആറ്റുനോറ്റുണ്ടായ പെൺകുഞ്ഞിക്ക് കൈവളരുന്നോ കാൽ വളരുന്നോ എന്നു നോക്കി വളർത്തി കടങ്കോട്ടെ ഉണിച്ചെറിയയും പന്ത്രണ്ടാൺമക്കളും. പന്ത്രണ്ടു തികഞ്ഞപ്പോൾ മുക്കൻ കൂറ്റിൽ കുട്ടിനമ്പർക്കവളെ മങ്ങലം കഴിച്ചുകൊടുത്തു. കണ്ടുകൂടാത്ത നാത്തൂന്മാർ അവളെ പ്രതി കുശുമ്പും കുന്നായ്മയും പറഞ്ഞുണ്ടാക്കി.

സതീശന്റെ വരുമാനം കൊണ്ടുമാത്രം വീടുപുലരില്ലെന്നു പറഞ്ഞ്

പിന്നീട് അവളും പണിക്ക് പോയിത്തുടങ്ങി. സതീശൻ തന്നെ ഏർപ്പാടാക്കിയ പണിയാണ്; ഒരു തുണിക്കടയിൽ സെയിൽസ് ഗേളായിട്ട്. പിന്നീടൊരു ദിവസം രാത്രി അവർ തമ്മിൽത്തമ്മില് എന്തെല്ലാമോ പറയുന്നത് കേട്ടു. ഇടയ്ക്ക് സതീശന്റെ ഉച്ചത്തിൽ കയർക്കലും തുടർന്ന് അവളുടെ കരച്ചിലും പിഴിച്ചിലും. അവൾക്ക് തുണിപ്പീടികയിലെ മറ്റൊരാളുമായി അടുപ്പമുണ്ടെന്ന് പറഞ്ഞാണ് തുടങ്ങിയത്. ആ രാത്രി തന്നെ സതീശൻ ഇറങ്ങിപ്പോയി. രണ്ടുമൂന്നുദിവസം അവളെങ്ങും പോകാതെയും ആരോടും മിണ്ടാതെയും കഴിച്ചുകൂട്ടി. വിളമ്പിയ ചോറ് എച്ചിലിട്ടു. നെഞ്ചിൽ പുകയുന്ന തീയുമായി അവൾ ഒറ്റക്കിടപ്പ് തന്നെ. ചോദിച്ചിട്ട് ഒന്നും ഉരിയാടിയില്ല. പിന്നെയൊരു ദിവസം എല്ലാം മറന്നപോലെ, അവൾ സാധാരണ ജീവിതത്തിലേക്ക് തിരിച്ചു വന്നതു കണ്ട കാരിച്ച്യമ്മയ്ക്ക് സമാധാനമായി. അവൾ വീണ്ടും തുണിക്കടയിൽ പോയി. എല്ലാവരോടും ചിരിക്കുകയും വർത്തമാനം പറയുകയും ചെയ്തു. മോളെയെടുത്ത് ലാളിച്ചു. അന്ന് തുണിക്കടയിലേക്ക് പോയവൾ പിന്നെ മടങ്ങിവന്നതേയില്ല.

*അയ്യങ്കരപ്പള്ളിയരികേ പോകുന്നല്ലോ
ആലത്തിൻ ചപ്പ് കൊണ്ടൊരു പാള കുത്ത്ന്നോ,
നെരന്ത വള്ളി വലിച്ചൊരു കയറാക്ക്ന്നോ
വെള്ളമെട്ത്ത് കുട്ടികളെ ദാഹം തീർത്തോ
അപ്പളുടനെ പറയുന്നല്ലോ മൂത്ത ആങ്ങള
കാമൂ, കാമൂ നീയെന്റെ കുഞ്ഞിമാക്കേ,
നട്ടുച്ചയ്ക്ക് നക്ഷത്രമുദിച്ചത് കണ്ടോ മാക്കേ,
ഇതൊന്തൊര് അതിശയമെന്ന് നിനച്ചുമാക്കം
മേലോട്ട് തലയുർത്തി നോക്ക്ന്നേരം
അരയിൽ ചെരുകിയ പൂച്ചുരിക വലിച്ചും കൊണ്ടാ
മാക്കത്തിന്റെ ചങ്കേപ്പിടിച്ച് കുരളെ അറുത്തോ
രണ്ടേ രണ്ട് പൊന്മക്കളെയും കൊത്തിക്കൊന്നോ......

അപമൃത്യുവിന്നിരയായ മാക്കവും മക്കളും ഭഗവതിയിങ്കൽ ശേഷിപ്പെട്ട് തറവാടാകെ ചുട്ടുഭസ്മമാക്കി തെയ്യമായി മാറിയ കഥ പാടിയറിയിച്ച് തോറ്റം ഉറഞ്ഞുതുള്ളി.

തെയ്യം പുറപ്പെടാന്നേരത്തേക്ക് ഒന്നു മയങ്ങാമെന്ന് അടുത്തിരുന്ന പെണ്ണുങ്ങൾ പറഞ്ഞതു കേട്ട് വിരിച്ച തുണിയിൽ കാരിച്ച്യമ്മ തലചായ്ചു. നേരത്തേ ഉറക്കം തൂങ്ങി തന്റെ മടിയിൽ വീണു കഴിഞ്ഞിരുന്ന സരിതയെ അരികിൽ കിടത്തി. ഒന്ന് നന്നായി മയങ്ങിപ്പോയിരുന്നു. ഭഗവതി സ്വപ്നത്തിൽ വന്ന് ഉണർത്തി. മോള് കിടന്നിരുന്ന സ്ഥലം ശൂന്യമായിരിക്കുന്നെന്ന്. വിറയലോടെ അറിഞ്ഞു. എട്ടും പൊട്ടും തിരിയാത്ത പെണ്ണ് ഏടപ്പോയിയെന്റെ ഭഗവത്യേ എന്ന് കരഞ്ഞ് കത്തുന്ന മനസ്സോടെ എല്ലാടവും തിരഞ്ഞു; ആളുകളുറങ്ങുന്ന തോറ്റപ്പറമ്പിൽ, ഉറങ്ങുന്ന കളിപ്പാട്ട വിൽപ്പനക്കാർക്കരികിൽ, ചന്തപ്പറമ്പിൽ, വഴിവാണിഭക്കാർക്കരികിൽ....

അരണ്ട വെളിച്ചത്തിൽ തെയ്യത്തിന്റെ മുഖത്തെഴുതുന്ന കോലക്കാർക്കിടയിൽ. ഉറഞ്ഞു വന്ന നിലവിളിയമർത്തി. പിന്നെ ട്യൂബ്‌ലൈറ്റുകളുടെ പ്രകാശത്തിൽ നിന്നകന്ന് അല്പം മാറി പൊന്തക്കാട്ടിനരികിൽ നിലാവത്ത് ചില അനക്കങ്ങൾ കണ്ടു. നാലുപേരുണ്ട്. നിലത്ത് ചമ്രം പടിഞ്ഞിരുന്ന് ഒരു കുപ്പി മാറിമാറി വായിലേക്ക് കമിഴ്ത്തുകയാണവർ. ഇടയ്ക്കോരോന്ന് പറഞ്ഞ് ചിരിക്കുന്നുമുണ്ട്. കാര്യം വെള്ളമടിയാണെന്ന് കാരിച്ച്യമ്മയ്ക്ക് അടുത്തെത്തിയപ്പോഴേ മനസ്സിലായുള്ളൂ. കാരിച്ച്യമ്മയുടെ സാന്നിദ്ധ്യം അടുത്തെത്തിയപ്പോഴേ അവരുമറിഞ്ഞുള്ളൂ. അല്പം പതറിയ ഒച്ചയോടെ ഒരാൾ പറഞ്ഞു.

"അമ്മാമ്മേ ഞങ്ങന്നെ,ഞാള മറന്ന്വാ.... "

ഓട്ടോറിക്ഷയിൽ നിന്ന് കേട്ട അതേ ശബ്ദങ്ങൾ.... .

"ഞാള മറന്നാലും ന്ങ്ങളെ പെണ്ണിനെ കൂട്ടാൻ മറക്കണ്ടാട്ട്വാ.... ഓളീടിണ്ട്. സുഖിച്ച് ഒറങ്ങേന്ന്...."

അവനോടൊപ്പം മറ്റുള്ളവരും അശ്ലീലമായി ചിരിച്ചു.

"നീയാകെ പ്രൂസായിറ്റ് അതുയിതും വിളിച്ച് പറയല്ലിഷ്ടാ. പ്രശ്നാവും. അമ്മാമ്മ സുപ്രീംകോടതി വരെ പോവും...." മറ്റൊരുത്തൻ തറഞ്ഞ് ചിരിച്ചു.

"പോടാ, പെണ്ണിനി പയിനാറായാല് പ്രശ്നൂല്ലാന്ന് കോടതി പറഞ്ഞിറ്റ്ണ്ട്‌റാ"

"വാടാ നമ്മക്കീട്ന്ന് പോവാ. . ഒര് ചൊറ."

ഒഴിഞ്ഞ കുപ്പി വലിച്ചെറിഞ്ഞ് അവർ എഴുന്നേറ്റു.

"എന്നാലും അമ്മാമ്മേ ന്ങ്ങ്ള്യാന്തരോറക്കാന്ന്, എട്ത്തിറ്റ് പോയാലും അറീലല്ലാപ്പാ.... ."

അവർ കൂട്ടച്ചിരിയോടെ വേച്ചു വേച്ച് ഇരുട്ടിൽ മറഞ്ഞു.

കാരിച്ച്യമ്മക്ക് നാവനക്കാനാവുന്നില്ല. ആരോ അറുത്തെടുത്തപോലെ. കൈകാലുകൾ തണുത്ത് മരവിച്ച് മണ്ണിലുറഞ്ഞപോലെ. പോകപ്പോകെ തലയ്ക്കകത്തേക്ക് ഇരുട്ട് പെർത്ത് കയറി. ചുറ്റും ഒരു കലങ്ങി മറിയൽ. ഭൂമിയാകാശം കീഴ്മേൽ. തെങ്ങുകളും മരങ്ങളും പൊന്തക്കാടുകളും കീഴ്മേൽ. തെങ്ങുകളും മരങ്ങളും പൊന്തക്കാടുകളും തലകുത്തിനിന്ന് ചിരിക്കുന്നു.

ചെണ്ടയൊച്ചയ്ക്കൊപ്പം നിറഞ്ഞു കത്തുന്ന തീപ്പന്തങ്ങളും തിരുവട്ട മുടിയും എകിറും[7] പൊയ്ക്കണ്ണുമായി തെയ്യം നിറഞ്ഞ രൗദ്രത്തോടെ ചുറ്റുമുള്ളവരിലേക്ക് അരിവാരിയെറിഞ്ഞ് അലറി വിളിച്ചു. കാരിച്ച്യമ്മ തെയ്യത്തിന്റെ മുമ്പിൽ വീണ് മോളെ എന്റെ മോളെ എന്ന് തൊണ്ടപൊട്ടിക്കരഞ്ഞു. ചെണ്ടയുടെ ഉച്ചസ്ഥായിയിൽ അവരുടെ കരച്ചിൽ കുറുങ്ങിക്കിടന്ന് ഒരു ഞരക്കം മാത്രമായി.

സൂചനകൾ

1. കുഴപ്പം, 2. ഇതിനാര്, 3. വിയർപ്പ്, 4. പുലി മറഞ്ഞ തൊണ്ടച്ചൻ, 5. ധാരാളം
6. വഴക്കിടാൻ, 7. ദംഷ്ട്ര

* അവലംബം

ചിറക്കൽ ടി ബാലകൃഷ്ണൻ നായരുടെ കേരളഭാഷാഗാനങ്ങൾ.

അതെ, ജീവിക്കുക മഹത്തായ കാര്യം തന്നെയാണ്

വെറുതെയിങ്ങനെ ജീവിക്കുക എന്നത് വ്യർത്ഥമായ ഏർപ്പാടാണെന്ന് തോന്നിത്തുടങ്ങിയതുകൊണ്ടാണ് ഞാൻ ഇങ്ങനെയൊരു തീരുമാനമെടുത്തത്; ഈ ജീവിതം എങ്ങനെയും അവസാനിപ്പിക്കുകയെന്ന്. നോക്കൂ, ഇത് എന്റെ അപക്വമായ മനസ്സിന്റെ ഗർത്തത്തിൽനിന്ന് മുളച്ചു പൊന്തിയ നൈമിഷികമായ തോന്നലൊന്നുമല്ല. കുറെ നാളായി ആലോചിച്ചുറപ്പിച്ച വിഷയമാണ്. പ്രണയ നൈരാശ്യമോ സാമ്പത്തിക പ്രതിസന്ധിയോ കടക്കാരുടെ ശല്യമോ ജപ്തിഭീഷണിയോ ഒന്നുമല്ല കോട്ടോ എന്റെ പ്രശ്നം. ഇങ്ങനെ വെറുതെ തിന്നും കുടിച്ചും മദിച്ചും കഴിയുക എത്രകാലം. ഇത്തരം ആവർത്തന വിരസമായ ചുറ്റുപാടിൽ ഒരേ ദിനചര്യകളിൽ മുഴുകി ഒരു മനുഷ്യന് എത്രനാൾ കറങ്ങിത്തിരിഞ്ഞിരിക്കാൻ കഴിയും?

രാവിലെ എഴുന്നേറ്റ് പല്ലുതേക്കുക, ഒരു കപ്പ് കാപ്പി കുടിക്കുക പിന്നെ പത്രങ്ങളിലൂടെ ഒരു സഞ്ചാരം നടത്തുക, (അവിടെയും സ്ഥിതി വ്യത്യസ്തമൊന്നുമല്ല,വാർത്തകൾക്കു പോലും മടുപ്പിക്കുന്ന ഒരു വല്ലാത്ത ആവർത്തന വിരസതയുണ്ട്). പിന്നെ പ്രഭാത ഭക്ഷണം കഴിക്കുക,കുളിച്ചൊരുങ്ങി നല്ല വസ്ത്രങ്ങൾ ധരിച്ച് ടൗൺ ബസിൽ കയറി ജോലിക്ക് പോകുക,അല്ലെങ്കിൽ ലീവെടുത്ത് ടി വിക്കു മുന്നിൽ ഇരിക്കുക. ജോലിയാണെങ്കിലോ,എന്നും ഒരേ പോലുള്ളത് – സ്ഥിരം കസ്റ്റമേഴ്സ്, അവരോട് ഒരേ കാര്യം തന്നെ നൂറ്റൊന്നാവർത്തനം, മേലുദ്യോഗസ്ഥനാവശ്യപ്പെടുന്നതും വിളിക്കുമ്പോൾ തയ്യാറാക്കി കൊണ്ടുചെല്ലുന്നതും ഒരേ പോലുള്ള റിപ്പോർട്ട്. പുതുമയുള്ളതെന്തെങ്കിലും ചെയ്യാമെന്നു വിചാരിച്ചാൽത്തന്നെ അതിന് സമ്മതിച്ചിട്ട് വേണ്ടേ നമ്മുടെ സമൂഹവും സഹപ്രവർത്തകരും കസ്റ്റമേഴ്സും. പിന്നെ ഉച്ചയൂണ്; സഹപ്രവർത്തകരുടെ ചോറ്റുപാത്രത്തിൽ

നിന്ന് കൂടിക്കുഴഞ്ഞ് വരുന്ന പതിവുഗന്ധം, അവരുടെ ഓരോ കാര്യത്തെപ്പറ്റിയുള്ള സ്ഥിരം സംസാരം. ഇതാവർത്തിച്ച് കേട്ടു മടുത്തു. പതിവു കാഴ്ചകളോടെ പിന്നെ മടക്കയാത്ര.

തിരിച്ചെത്തിയാലോ ഒന്നുകിൽ ടി വിയുടെ മുന്നിൽ, മടുപ്പിക്കുന്ന വാർത്തകൾ; നാട്ടിലായാലും മറുനാട്ടിലായാലും. ഗൾഫിൽ സംഘർഷം; പശ്ചിമേഷ്യയിൽ രാഷ്ട്രീയ അനിശ്ചിതാവസ്ഥ, എങ്ങും യുദ്ധം, ഭീകര പ്രവർത്തനം, ബോംബ് സ്ക്വാഡുകൾ, പ്രക്ഷോഭങ്ങൾ, പലായനങ്ങൾ, പട്ടിണി, ദാരിദ്ര്യം, തൊഴിലില്ലായ്മ, കൊലപാതകം, പെൺവാണിഭകഥകൾ. അധികാരികളുടെ പൊള്ളയായ പ്രഖ്യാപനങ്ങൾ. (പലപ്പോഴും നടപ്പിലാക്കാത്തതുതന്നെയായിരിക്കുമവ).

ഇനി വല്ല എന്റർടെയ്ൻമെന്റും കാണാമെന്നുവച്ചാലോ നൂറാവൃത്തി കണ്ട ചെടിപ്പിക്കുന്ന സിനിമകൾ; ഒരു നേരിയ ചലനം പോലുമില്ലാതെ കെട്ടിക്കിടക്കുന്ന ജലാശയംപോലെ അനക്കമറ്റ് ദുർഗന്ധം പരത്തുന്ന സീരിയലുകൾ; നൂറ്റൊന്നാവർത്തിച്ച വളിപ്പൻ തമാശപരിപാടികൾ; ആളുകളുടെ കോംപ്ലക്സിനെ പ്രതിഫലിപ്പിക്കുന്ന ഫോൺ ഇൻ (സൊള്ളൽ) പ്രോഗ്രാമുകൾ.... ഹോ....

ഇനി ടി വി കാണൽ മതിയാക്കി ഒന്നു വെറുതെ നടക്കാമെന്ന് വിചാരിച്ചാലും മടുപ്പിക്കുന്നതുതന്നെ ഈ പട്ടണക്കാഴ്ച. സ്ഥിരം വഴിപോക്കർ, ആത്മാർത്ഥതയില്ലാത്ത സുഖാന്വേഷണങ്ങൾ, അഹങ്കരിച്ചോടുന്ന ഒരേ പോലുള്ള യാത്രക്കാർ, പതിവായി കാണുന്ന കടകൾ, പ്രൗഢി വെളിപ്പെടുത്തുന്ന കെട്ടിടങ്ങൾ,ആളുകളുടെ ഷോപ്പിങ് കോംപ്ലക്സുകൾ, വിഭ്രാന്തികൾ....

രാത്രിയായാൽ വീണ്ടും ഭക്ഷണം അല്ലെങ്കിൽ കൂട്ടുകാരുമായി അല്പം മദ്യത്തിനുപുറത്ത് ഒരു കൂടിച്ചേരൽ, അപ്പോഴത്തെ വളിപ്പൻ അശ്ലീലകഥകൾ,അടിവയറിൽനിന്ന് കാളി പുറത്തേക്ക് വമിക്കുന്ന ഛർദ്ദിലിന്റെ മനംപിരട്ടൽ, തളർന്നൊന്നുറങ്ങൽ. അതുമല്ലെങ്കിൽ ഏതെങ്കിലും പെണ്ണിനെ തേടിയുള്ള യാത്ര....

അവിടെയും മടുപ്പിക്കുന്ന അനുഭവങ്ങൾ. ഹോ മടുത്തു ഈ ജീവിതം. അതുകൊണ്ടുതന്നെ ഞാൻ ജീവിതത്തിന് അടിവരയിടാനുറച്ചു. വേദനിപ്പിക്കുന്ന മരണങ്ങളൊന്നും എനിക്ക് വയ്യ. റമ്മിൽ കീടനാശിനി കലക്കി സാവധാനം.... അറിയാതെ ഒരു തരിപ്പ്; മഞ്ഞുകട്ടയിൽ പൂണ്ടതുപോലെ കാൽപ്പാദം മുതൽ തലയോടുവരെ നിറയണം. ആ മരവിപ്പിൽ ബോധം നശിച്ച് സുഖകരമായ യാത്രയാവണം,സാവധാനത്തിൽ.... അപ്പോൾ എന്റെ നാളിതുവരെയുള്ള ജീവിതത്തെപ്പറ്റി ഒരു ചെറിയ വിലയിരുത്തൽ; പറ്റുമെങ്കിൽ റിവേഴ്സ് ഗിയറിൽ അനുഭവങ്ങളുടെ ഭൂതകാലം ഓർത്തെടുക്കൽ. ഇതേവരെ എന്തെങ്കിലും അവകാശപ്പെടാനോ നേടിയെടുക്കാനോ സ്വന്തമായിട്ടൊന്നുമില്ലാത്ത ഒരു ശുഷ്കജീവിതത്തിന് കൂടുതൽ വലിയ കാര്യങ്ങളെപ്പറ്റി ചിന്തിക്കാനില്ലല്ലോ.

റമ്മിന്റെ ഗ്ലാസ് വായിലേക്ക് കമഴ്ത്താൻ തുടങ്ങുന്നേയുള്ളൂ. വാതില്

ക്കൽ മുട്ടുകേൾക്കുന്നു. നശിപ്പിച്ചു. മൂഡാകെ നശിപ്പിച്ചു. പുറത്ത് ആരാണെങ്കിലും ആ ശല്യമൊന്നൊഴിവാക്കിയിട്ടുതന്നെ കാര്യം. എന്നിട്ടു വേണം സ്വസ്ഥമായി മരിക്കാൻ. ഈ ഒഴിവുദിവസം രാവിലെ തന്നെ, ആരാണിത്?

വാതിൽ തുറന്നു ഞാൻ വെളിയിലേക്കിറങ്ങി. കീറിമുഷിഞ്ഞ ചേല ചുറ്റിയ ഒരു സ്ത്രീ, ഒക്കത്ത് തളർന്നൊട്ടിയ ഒരു കുഞ്ഞുമുണ്ട്. കുഞ്ഞിന് വസ്ത്രമൊന്നുമില്ല.

"സാറെ, കുഞ്ഞിന് വിശക്കുന്നു. പുലർന്നേപ്പിന്നെ ഒന്നും കഴിച്ചിട്ടില്ല."

സ്ത്രീ ദയനീയമായി പറഞ്ഞു.

ഞാനാലോചിച്ചു. എന്ത് ചെയ്യാനാവും. എന്തുണ്ടാവും എന്റെ കൈയിൽ. കൈയിലുള്ള പണം കൊണ്ട് കടമെല്ലാം വീട്ടി. നയാപൈസ കടം പോലും ബാക്കിവെക്കാതെ വീട്ടിയിട്ട് വേണം ലോകത്തോട് യാത്രപറയാനെന്ന് ഞാനുറപ്പിച്ചിരുന്നു. അല്ലെങ്കിൽ നാളെ ആത്മഹത്യ ചെയ്തതിന്റെ കാരണം കടബാദ്ധ്യതയോ സാമ്പത്തിക പ്രശ്നമോ എന്നാവും ജനസംസാരവും പത്രറിപ്പോർട്ടുകളും.

ഈ പോക്കറ്റിൽ അവശേഷിക്കുന്നത് ഇരുപത് രൂപ എഴുപത്തഞ്ചു പൈസയാണ്. ഇതവർക്കു കൊടുക്കാം, കുഞ്ഞിന് ഭക്ഷണമെന്തെങ്കിലും വാങ്ങിക്കൊടുക്കട്ടെ. അവളുടെ കീറിപ്പറഞ്ഞ ചേലയും കുഞ്ഞിന്റെ നഗ്നതയും കാണുമ്പോൾ എനിക്കാകെ വല്ലായ്മ തോന്നുന്നുണ്ട്. എതായാലും എന്റെ ഒന്നുരണ്ട് വസ്ത്രങ്ങൾ കൊടുക്കാം. അതാർക്കെങ്കിലും കൊടുത്ത് പകരം വസ്ത്രങ്ങൾ അവൾ സമ്പാദിക്കട്ടെ. ഞാനെന്റെ കൈയിലുള്ള അവശേഷിച്ച ഇരുപത് രൂപ എഴുപത്തഞ്ചു പൈസയും ഒരു ജോഡി വസ്ത്രങ്ങളും കൊടുത്തു. അപ്പോൾ ആ കണ്ണുകളിൽ സന്തോഷം നിറഞ്ഞു വന്നു.

"സാറിനെ ദൈവം രക്ഷിക്കട്ടെ."

അത്രയും പറഞ്ഞ് അവൾ നടന്നു. അവൾ പോകുന്നതും നോക്കി ഞാനല്പനേരം നിന്നു. അപ്പോൾ എന്തെന്നില്ലാത്ത ഒരു ശൂന്യത എന്നെ വന്ന് പൊതിഞ്ഞു. വിഷം കഴിക്കാനുള്ള മൂഡൊക്കെ തണുത്തുറഞ്ഞു പോയി. ഒന്നു പുറത്തിറങ്ങി നടന്നിട്ടാവാം; വെറുതെ, അവസാനമായി ഈ പ്രകൃതിയെ ഒന്നുകൂടി അറിഞ്ഞിട്ടാവാം യാത്രപറച്ചിൽ. പ്രതിജനഭിന്ന വിചിത്രമാർഗ്ഗമായ ഈ ലോകജീവിതം ഒന്നുകൂടി കണ്ടറിഞ്ഞിട്ടാവാം. ഓ എന്താണ് ഞാൻ ചിന്തിക്കുന്നത്? കാര്യത്തോടടുക്കുമ്പോൾ ഇതേവരെ ചിന്തിച്ചു കൂട്ടിയതിൽനിന്നും മനസ്സ് തെന്നുന്നല്ലോ. ഒരു വല്ലാത്ത ചിന്താക്കുഴപ്പം തന്നെ. അട്ടർ കൺഫ്യൂഷൻ.

ഞാൻ വസ്ത്രം മാറ്റി പുറത്തിറങ്ങി. പ്രകൃതി ശാന്തവും സൗമ്യവുമായ അതിന്റെ മുഖഭാവത്തോടെ എന്നെ എതിരേറ്റു. അപ്പോൾ പെട്ടെന്നുള്ള തോന്നലിൽ പതിവു വഴിവിട്ട് ചില അപരിചിത മാർഗ്ഗങ്ങളിലൂടെ നടക്കാനാണെനിക്ക് തോന്നിയത്. യാത്രക്കാരോ പരിചിതരോ യാ

ത്രാവാഹനങ്ങളോ ഇല്ലാത്ത ഊടുവഴികളിലൂടെ. ശാന്തമായ ഒരു കാറ്റ് വീശി. വൃക്ഷത്തലപ്പുകൾ അനുസരണയുള്ള പട്ടിയെപ്പോലെ തലകുടഞ്ഞു. നടന്നുനടന്നു പരിചിതമായ ഒരു ചേരിപ്രദേശത്ത് എത്തി. ഈ പട്ടണത്തിൽ ലോഡ്ജ് എടുത്ത് താമസമാക്കിയ ശേഷം ഞാനീവക സ്ഥലത്തൊന്നും വന്നിട്ടില്ല. മെയിൻറോഡ് വിട്ട് മറ്റെങ്ങും പോകാൻ സന്ദർഭം ഉണ്ടായിട്ടില്ലല്ലോ. അടുക്കടുക്കായി കുട്ടകമിഴ്ത്തി വച്ചതുപോലുള്ള കുടിലുകളും അടുത്തുള്ള ഓടയുടെ ദുർഗന്ധവും അല്പ വസ്ത്രധാരികളായ ചേറിൽ പുരണ്ട കുട്ടികളുടെ ആർപ്പും ബഹളവും കലഹവും. അതിനു മീതെ ഉയർന്നുപൊങ്ങുന്ന, മലിനവസ്ത്രം ധരിച്ച സ്ത്രീകളുടെ ഒച്ച ഉയർത്തിയുള്ള സംസാരവും. ഹോ.... എന്റെ കൈയിൽ അല്പമെങ്കിലും പണമുണ്ടായിരുന്നെങ്കിൽ ഈ കുട്ടികൾക്ക് എന്തെങ്കിലും മധുര പലഹാരം വാങ്ങികൊടുക്കാമായിരുന്നു. ഞാനെന്റെ പോക്കറ്റിൽ കൈയിട്ട് ഒരു നിമിഷം നിന്ന ശേഷം നിരാശയോടെ നടത്തം തുടർന്നു. ഒരു കുട്ടി എന്റെ പിന്നാലെ ഓടി വന്നു ഷർട്ടിൽ പിടികൂടി. തട്ടി മാറ്റി നടക്കാൻ ശ്രമിച്ചപ്പോൾ കലപില കൂട്ടികൊണ്ട് മറ്റുള്ളവരും. അപ്പോൾ ഓടി വന്ന ഒരു സ്ത്രീ എന്നെ അസഭ്യം പറഞ്ഞു. ഞാൻ ഓടി.

എന്റെ പിന്നാലെ തെരുവുനായയെ ഓടിച്ചു വിട്ടുകൊണ്ടവർ ചിരിച്ചുമറിഞ്ഞു.

ഇപ്പോൾ ഞാനൊരു റെയിൽപ്പാളത്തിനടുത്താണ്. ചെങ്കുത്തായ ഒരു കുന്നിനെ നെടുകെ പിളർന്നോടുന്ന സമാന്തര ലോഹദണ്ഡുകളുടെ അനിശ്ചിതത്വം രണ്ട് മുലകൾക്കിടയിലെ ഒരു വിടവുചാൽപോലെ. ഹോ എന്തൊരു രൂപകമാണ്; എനിക്കു തന്നെ വല്ലായ്മ തോന്നുന്നു. അടുത്തെങ്ങും ഒരു വീടുപോലുമില്ല. അപകടകരമായ ഒരു നിശ്ശബ്ദത അവിടെ ചുടലനൃത്തം നടത്തുന്നുണ്ട്. കട്ടിങ്ങിൽ നിന്നും അല്പം വടക്കുമാറി ഒരു സിഗ്നൽപോസ്റ്റ് തോക്കുയർത്തി യുദ്ധസന്നദ്ധനായ പട്ടാളക്കാരനെപ്പോലെ കൈയുയർത്തി നിൽക്കുന്നുണ്ട്. ദൂരെ നിന്ന് ഒരു വണ്ടി ഇരമ്പിക്കടന്നു വരുന്നുണ്ടായിരിക്കണം. ഞാൻ കൗതുകത്തിനുവേണ്ടി റെയിലിൽ ചെവി ചേർത്ത് വണ്ടിയുടെ ഇരമ്പം ശ്രദ്ധിച്ചു. നേർത്ത ഭൂചലനം പോലെയൊരു കിടുക്കം എന്റെ കാതിലേക്കിരമ്പിയാർത്തു.

ഹോ, ഞാനീ കാണുന്ന കാഴ്ച എന്താണ്? തലയുർത്തിയപ്പോഴാണ് കണ്ണിൽ പതിഞ്ഞത്. ഒരു യുവതി റെയിൽപ്പാളത്തിൽ തലവെച്ച് കിടക്കുന്നു. അവളുടെ മാറത്ത് തുണിക്കെട്ടു പോലെ എന്തോ അനങ്ങുന്നുണ്ട്. അതൊരു കുഞ്ഞാണെന്ന് സൂക്ഷിച്ചു നോക്കിയപ്പോൾ അറിഞ്ഞു. അത് ഞരങ്ങിക്കരയുന്നുമുണ്ട്. അതിനെ അവളുടെ ശരീരത്തോട് വരിഞ്ഞു കെട്ടിയിരിക്കുന്നു. ദൈവമേ, എന്തൊരു ഭീകരമായ കാഴ്ച. എന്റെ ഞരമ്പിലൂടെ നടുക്കത്തിന്റെ തീവണ്ടി പാഞ്ഞു. ഞാനോടിച്ചെന്ന് യുവതിയെ തൊട്ടുവിളിച്ചു.

“ഛെ, മനുഷ്യാ എന്താണീ കാണിക്കുന്നത്? മരിക്കാനും സമ്മതിക്കൂലേ,”

അവൾ ചീറിക്കൊണ്ട് എന്നെ തള്ളിമാറ്റി.

"അയ്യോ പെങ്ങളേ, നീയെന്താണീ കാണിക്കുന്നത്....?

ഞാൻ എല്ലാ ശക്തിയുമുപയോഗിച്ച് വലിച്ചിട്ടും അവൾ കിടന്നകിടപ്പിൽ നിന്നനങ്ങിയില്ല. രണ്ടു കൈകളുപയോഗിച്ച് റെയിൽ ശക്തിയായി കെട്ടിപ്പിടിക്കുകയാണവൾ. ഞാൻ ചുറ്റും കണ്ണോടിച്ചു. അടുത്തെങ്ങും ആരെയും കാണാനില്ലല്ലോ. വണ്ടിയുടെ തീക്കണ്ണുകൾ അല്പം ദൂരെനിന്ന് കാണായി. എന്റെ മനസ്സിലൂടെ ഒരു നിലവിളി പാഞ്ഞു. ഞാൻ സർവ്വശക്തിയുമെടുത്തു അവളെ വലിച്ചു. റെയിലിന്റെ ഇരുമ്പുഘനം അമർത്തിപ്പിടിച്ച കൈകൾ ബലം പ്രയോഗിച്ച് വിടർത്തിമാറ്റി. അവളെ വലിച്ച് കരിങ്കൽ ചീളുകൾക്ക് താഴെയിട്ടു. അവൾ എന്നെ ചവിട്ടി മാറ്റി. പിന്നെയും റെയിലിന് നേരെ കുതറിയാഞ്ഞ അവളെ മുറുകെപ്പിടിച്ച് നിലത്തോട് ചേർത്ത്, കരിങ്കൽ ചീളിലൂടെ റെയിലിലേക്ക് ഞരങ്ങിനീങ്ങുന്നത് തടഞ്ഞു. അപ്പോഴേക്കും ഒരു ചങ്കിടിപ്പോടെ എനിക്ക് മുന്നിലൂടെ തീവണ്ടി കുതിച്ചു പാഞ്ഞു. കരിങ്കൽ ചീളുകളിൽ തട്ടി അവളുടെ കൈത്തണ്ട മുറിഞ്ഞ്. ചോര കിനിയുന്നുണ്ട്. ഭാഗ്യവശാൽ കുഞ്ഞിനൊന്നും പറ്റിയിട്ടില്ല.

വണ്ടി ഞങ്ങളെ പിന്നിട്ടതും അവൾ പിടിയിൽനിന്നും കുതറി എന്നെ ഭയങ്കരമായ നോട്ടമെയ്ത് ദഹിപ്പിച്ചു.

"പെങ്ങളേ".....

ഞാൻ ആർദ്രതയോടെ വിളിച്ചു.

"മിണ്ടരുത് നീ.... ആർക്കും വേണ്ടാത്ത എന്നെയും കുഞ്ഞിനെയും നീയെന്തിന് ദ്രോഹിക്കാൻ വന്നു?"

"പെങ്ങളേ....."

ഞാനവളുടെ വായ പൊത്തിക്കൊണ്ടു തുടർന്നു.

"മരിക്കുക വലിയ കാര്യമല്ല, ജീവിക്കലാണ് പ്രധാനം...."

"എനിക്ക് കേൾക്കണ്ട നിന്റെ പഴമ്പുരാണം.... ആർക്കും വേണ്ടാത്തവരാണ് ഞങ്ങള്.... ശരീരം വിറ്റ് എത്ര കാലമാണ് ജീവിക്കുക, പറയ്, നീ പറയ്...."

അവളെന്റെ ഷർട്ടിൽ പിടിച്ചു വലിച്ച് തള്ളി. ശക്തിയായ തള്ളലിന്റെ ഊക്കിൽ ഞാൻ അടിതെറ്റി വീഴാനാഞ്ഞു. പിന്നീട് അവൾ പൊട്ടിക്കരഞ്ഞുകൊണ്ട് റെയിലോരത്ത് കുത്തിയിരുന്നു. എന്റെ മനസ്സിലിടിവെട്ടി. ദൈവമേ, ഒരു കാരണവുമില്ലാതെ മരിക്കാൻ തീരുമാനിച്ച ഞാനാണല്ലോ മരണത്തിന്റെ വക്കിൽ നിന്ന് ഒരുത്തിയെപ്പിടിച്ച് ജീവിതത്തിലേക്ക് തള്ളിയിട്ടത്.

ഞാൻ ഉള്ളിൽ പൊട്ടിക്കരഞ്ഞു. പിന്നെ അവളെ പിടിച്ചെഴുന്നേല്പിച്ചു.

"പെങ്ങളേ, മാപ്പ്. എന്റെ കൂടെ വരൂ. എന്റെ കൂടെ നിനക്കും കുഞ്ഞിനും കഴിയാം; എഴുന്നേല്ക്ക്."

എങ്ങനെയാണീ വാക്കുകൾ എന്നിൽ നിന്ന് പുറപ്പെട്ടതെന്ന് എനിക്കറിയില്ല. പറഞ്ഞു കഴിഞ്ഞപ്പോഴാണ് അതിലെ ഭീകര യാഥാർത്ഥ്യം എന്നെ തുറിച്ചു നോക്കിയത്.

ഔദ്യോഗിക കൃത്യനിർവ്വഹണം

പെട്ടെന്ന് ആരോ തള്ളിയതുപോലെയുള്ള ഒരു അനക്കത്തിൽ തലയുടെ മുഴുവൻ ഭാരവും ഏറ്റി വെച്ച കഴുത്തിലെ ഒരു ബിന്ദുവിൽനിന്ന് ബാലൻസ് തെറ്റി കഴുത്തൊടിഞ്ഞതും അതിന്റെ അന്താളിപ്പിൽ സെക്ഷൻ ക്ലാർക്ക് സുകുമാരൻ കണ്ണു തുറന്ന് തന്റെ സ്വത്വത്തിലേക്ക് പരിഭ്രമത്തോടെയും അത്ഭുതത്തോടെയും നോക്കി സമാധാനപ്പെട്ടു. പിന്നെ കണ്ണു തിരുമ്മി മുഖവും മുടിയും തടവി ഒതുക്കിയ ശേഷം തന്റെ മുന്നിൽ തെളിഞ്ഞ ആൾരൂപത്തിലേക്ക് ദൃഷ്ടി ഉയർത്തി. നേരത്തെ കണ്ട മദ്ധ്യവയസ്കൻ തന്നെ. അയാൾ ഇനിയും ഇവിടെനിന്നും പോയിട്ടില്ലെന്ന് വ്യക്തം. മുഖത്ത് തണുത്തുറഞ്ഞ ഗൗരവത്തോടെ നില്ക്കുന്ന അയാളെ നേരിടാൻ വയ്യ. കാലമിത്രയായിട്ടും ഇൻക്രിമെന്റുകൾ ഏറെയായിട്ടും തനിക്കിപ്പോഴും ഇത്തരം പ്രശ്നങ്ങളെയോ ആളുകളെയോ നേരിടാൻ അറിയില്ലെന്നതാണ് വാസ്തവം. അയാൾ കണ്ണുതിരിച്ച് വിശാലമായ മുറിക്കകം ഒന്നു പാളി നോക്കി. മിക്കവാറും ഇരിപ്പിടങ്ങൾ ശൂന്യമാണിപ്പോൾ. ചില കസേരകളിൽ ആളുകൾ പോയിട്ടുണ്ടെന്നറിയിക്കാൻ ടർക്കി ടൗവ്വലുകൾ മടക്കിയിട്ടിരിക്കുന്നു. മറ്റു ചിലതിൽ അത് വിരിച്ചിട്ടതു കണ്ടാൽ ആൾ വിളിപ്പുറത്ത് തന്നെയുണ്ടെന്ന് തോന്നും. രണ്ടു പേർ സീറ്റിലിരുന്ന് ഒരു സംസാരത്തിൽ ഏർപ്പെട്ടിരിക്കുകയാണ്. അതിലൊന്ന് പ്യൂൺ കുഞ്ഞിരാമനാണ്. മറ്റേത് അടുത്ത സെക്ഷനിലെ ക്ലാർക്ക് നളിനാക്ഷനും. അവർ നടപ്പ് രാഷ്ട്രീയ കാര്യങ്ങളെപ്പറ്റിയും ശമ്പളക്കമ്മീഷൻ ശുപാർശകളെപ്പറ്റിയും ഒരു സാമാന്യ നിരീക്ഷണം നടത്തി അവനവന്റെ വാദഗതികൾ അപരനിലേക്ക് അടിച്ചേൽപ്പിക്കാൻ ശ്രമിക്കുകയാണ് (എന്നിട്ടൊടുവിൽ എല്ലാ രാഷ്ട്രീയവും ഒരു കണക്കു തന്നെയാണെന്ന സാമാന്യ ധാരണയിൽ എത്തിച്ചേരുകയും ചെയ്തു). അതിനിടെ സംസ്ഥാന പേറിവി

ഷൻ അനോമലി റിപ്പോർട്ട് വരാൻ താമസിക്കുന്നതിലെ കുണ്ഠിതം വെളിപ്പെടുത്തുകയും ഉണ്ടായി. ഇരുവരും രാഷ്ട്രീയ അഭിപ്രായ ഭേദങ്ങൾ മറന്ന മറ്റൊരു സന്ദർഭമായിരുന്നു അത്.

മറ്റുള്ളവരെല്ലാം നേരത്തെ തന്നെ അപ്രത്യക്ഷരായിക്കഴിഞ്ഞിരിക്കുന്നു. വിദൂരസ്ഥങ്ങളായ സ്വന്തം വീടുകളിലേക്ക് തീവണ്ടി മാർഗ്ഗമോ ബസിൽ തിക്കിത്തിരക്കിയോ ഇരുചക്രവാഹനങ്ങളിലോ മറ്റാരെങ്കിലും ഓഫർ ചെയ്യുന്ന ഒരു ലിഫ്റ്റിൽ സന്തോഷിച്ച് സ്കൂട്ടറിന്റെ പിൻസീറ്റിൽ മുറുകെ പിടിച്ചിരുന്നുകൊണ്ടോ ചെന്നെത്താനുള്ള ശ്രമത്തിലാകും അവരിപ്പോൾ. ഉച്ചതിരിഞ്ഞാൽ ഇവിടത്തെ (എവിടത്തെയും) മിക്ക സർക്കാരാപ്പീസുകളും ഇങ്ങനെയൊക്കെത്തന്നെ. ഒരുപക്ഷേ, അല്പം ഉറങ്ങിപ്പോയിരുന്നില്ലെങ്കിൽ സുകുമാരനും ഇപ്പോൾ പുറത്തെത്തിയേനെ. ബസ് കാത്തു നിന്ന് മുഷിപ്പകറ്റാൻ ഒരു സിഗരറ്റിന് തീ പിടിപ്പിക്കുമ്പോൾ സ്കൂട്ടറുമായി പൊടുന്നനെ മുന്നിലെത്തി നിന്ന സുഹൃത്തിന്റെ പിന്നിലിരുന്ന് ബാറിലേക്കുള്ള യാത്രയെക്കുറിച്ചോർത്തുപോയി. ഉച്ചയായതിനാൽ വെയിലിന് നല്ല ചൂടായിരുന്നു.

ഒരു ഹയർ പർച്ചേസ് ലോൺ ശരിയാക്കാനും മറ്റുമായി ഉച്ചവരെ ചുറ്റിത്തിരിയേണ്ടി വന്നു. അതിന് അയച്ച അപേക്ഷയുടെ പിന്നാലെതന്നെ കെട്ടിവലിഞ്ഞു നടക്കുക എന്നത് തികച്ചും ദൗർഭാഗ്യകരവും സങ്കീർണ്ണവുമായ ഒരു കാര്യം തന്നെയാണ്. അങ്ങനെ ഒരു പ്രതിസന്ധിയിലൂടെ നീങ്ങിയില്ലെങ്കിൽ ആപ്ലിക്കേഷൻ എവിടെയെങ്കിലും കുരുങ്ങി ചത്ത് കിടക്കുകയും ചെയ്യും. ഓഫീസുകളിൽ നിന്നും ഓഫീസുകളിലേക്ക് അത് ദീർഘസഞ്ചാരം നടത്തുമ്പോൾ പിന്നാലെ വിടാതെ കൂടേണ്ടിവന്നതിന്റെ പ്രയാസം ചെറുതല്ല. ഇടയ്ക്ക് ഒന്നു രണ്ടിടത്ത് തടസ്സം ഒഴിവാക്കാൻ ചില്ലറ പ്രയോഗവും വേണ്ടി വന്നു. പതിനൊന്നിനും പതിനൊന്നരയ്ക്കും ഒക്കെ തലകാണിച്ചു ഒപ്പിട്ടു മുങ്ങുന്ന ആപ്പീസർമാർ എവിടെയുമുണ്ടെന്ന കാര്യത്തെ നേർക്കുനേർ അറിയാനുമായി. ഇത് ഒരേ സമയം ദുഃഖകരവും സന്തോഷം നിറഞ്ഞതുമായ ഉൾക്കൊള്ളൽ തന്നെ എന്നതും ആലോചനാ വിഷയമായി. ചില സമർത്ഥന്മാരുണ്ട്, ഓഫീസ് തുടങ്ങുമ്പോഴും അവസാനിക്കുമ്പോഴുമുള്ള നിശ്ചിത നേരങ്ങളിൽ സീറ്റിലാണ്. എവിടെ നിന്നൊക്കെയോ ധൃതിപ്പെട്ട് എത്തി വളരെ ആത്മാർത്ഥമായി ജോലിയിൽ മുഴുകുകയും മേലുദ്യോഗസ്ഥന്മാരുടെ അഭിനന്ദനം നിറഞ്ഞ നോട്ടമേറ്റുവാങ്ങുകയും ചെയ്യുന്നു. ഇവർ മറ്റു സമയങ്ങളിൽ പലയിടത്തും; വേറെ ആപ്പീസുകളിലോ മാർക്കറ്റിലോ സിനിമാശാലകളിലോ മറ്റോ ചുറ്റിത്തിരിയുകയായിരിക്കുമെന്ന് ആർക്കാണ് അറിയാൻ കഴിയുക? ഇങ്ങനെ ഒരു ആലോചന തന്റെ സ്വത്വപ്രതിസന്ധിക്ക് മറയിടാനായിട്ടെങ്കിലും കടന്നുവന്നത് അയാൾക്ക് അനല്പമായ സന്തോഷം പകർന്നുകൊടുക്കുകയുണ്ടായി.

അല്ല, ഇയാൾക്ക് കാര്യം പറഞ്ഞാൽ മനസ്സിലാവില്ലെന്നുണ്ടോ? ഒരു ശല്യമായല്ലോ–

വീണ്ടും തന്റെ ശ്രദ്ധ മദ്ധ്യവയസ്കനിലേക്കുതന്നെ വന്നുവീണപ്പോൾ സുകുമാരന് മനസ്സിൽ ഈർഷ്യതോന്നി. പറഞ്ഞത് വളരെ പതുക്കെയായിരുന്നതുകൊണ്ട് അയാൾ കേട്ടില്ലെന്ന് വ്യക്തം. കാര്യത്തിന്റെ സങ്കീർണ്ണതകളും ഊരാക്കുടുക്കുകളും നേരത്തെ തന്നെ അയാൾക്ക് വ്യക്തമാക്കിക്കൊടുത്തിരുന്നതാണ്.

നോട്ട് പുട്ടപ്പ് ചെയ്ത് ഫയൽ ബന്ധപ്പെട്ട സെക്ഷനാപ്പീസറുടെ മേശപ്പുറത്തെത്തിച്ചെന്ന് പറഞ്ഞ് അയാളെ അങ്ങോട്ട് തിരിച്ചു വിട്ടതുമാണ്. ഇനി അവിടെനിന്ന് സെക്ഷനാപ്പീസറുടെ മേൽച്ചാർത്തോടെ സീനിയർ സൂപ്രണ്ടിന്റെ മുന്നിലെത്തി, അവിടെനിന്നും അപ്രൂവലിനുവേണ്ടി മേലാപ്പീസറുടെ മുന്നിലെത്തി വീണ്ടും തിരിച്ചുവന്നിട്ടുവേണം കാര്യത്തിലേക്കു കടക്കാൻ. ഒരു പക്ഷേ, ഇയാൾ സെക്ഷനാപ്പീസറുടെ അടുത്തെത്തിയിരിക്കും.

അവിടെനിന്ന് മുകളിലേക്കും പറഞ്ഞുവിട്ടുകാണും. അല്ലെങ്കിൽ അവർ കൈ മലർത്തി വീണ്ടും സെക്ഷനിലേക്ക് തിരിച്ചു വിട്ടു കാണും. ഇങ്ങനെ അങ്ങോട്ടുമിങ്ങോട്ടും പന്തുതട്ടി കളിക്കേണ്ട ആവശ്യമുണ്ടായിരുന്നോ? എത്രയാണെന്നു വച്ചാൽ പറഞ്ഞുകൂടേ എന്നാവും ഇപ്പോഴേ ചുളിവുവീണ് ക്ഷീണിച്ച് വിയർത്ത ആ മുഖഭാവവും മടുപ്പ് നിറഞ്ഞ കണ്ണുകളും വിളിച്ചു പറയുന്നത്. ഒരു പക്ഷേ ആപ്പീസുകൾ കയറിയിറങ്ങി നൂലാമാലകളുടെ കുരുക്കുകൾ കണ്ടറിഞ്ഞിട്ടില്ലാത്തതു കൊണ്ടാവാം മുഖത്തെ ഈ നീരസം.

“ആദ്യമായി സർക്കാരാപ്പീസ് കാണുന്നതാണ്. അല്ലേ?”

സുകുമാരൻ ചിരിച്ചു കൊണ്ട് ചോദിച്ചു. അതിലെ പരിഹാസം മനസ്സിലാക്കാതെ അയാൾ നില്ക്കുന്നതുകണ്ടപ്പോൾ ദേഷ്യമാണ് തോന്നിയത്.

ഇതിനുമുമ്പ് ഇതേകാര്യത്തിന് വന്നത് ഒരു ചെറുപ്പക്കാരനായിരുന്നു. അവന്റെ സഹോദരനോ മറ്റോ ആയിരിക്കും ഇയാൾ. കൂടെ വയസ്സായ ഒരു സ്ത്രീയും. തങ്ങളുടെ സർവ്വീസ് സംഘടനയോട് അനുഭാവമുള്ള ഒരു അധ്യാപകസംഘടനയിലാണവൻ. ആദ്യം വന്നപ്പോൾതന്നെ അതു പറഞ്ഞ് പരിചയപ്പെടുത്തുകയും ചെയ്തു. സംഘടനാബന്ധം പറഞ്ഞാലൊന്നും ഇക്കാലത്ത് ഒന്നുമാവില്ല മോനെ, കാര്യം നടക്കണമെങ്കിൽ പ്രോപ്പർ ചാനലിൽ തന്നെ നീങ്ങണം. ആദർശവാദി ചമഞ്ഞതുകൊണ്ടൊന്നും ആർക്കും ഒരു ഗുണവുമില്ല.

അയാൾ മനസ്സിൽ പറഞ്ഞതാണിത്രയും.

കുറച്ച് തിരക്കുണ്ട്. അതുകഴിഞ്ഞ് ഉടനെ നോക്കാമെന്ന് പറഞ്ഞ് സന്തോഷത്തോടെ അവനെ വിട്ടു. അടുത്തപ്രാവശ്യം ചെറുപ്പക്കാരൻ അത്ര സന്തോഷത്തോടെയല്ല പോയത്. കൂടാതെ അപ്ലിക്കന്റിനെ ഒന്നുകൂടി കാണണമെന്ന് പറഞ്ഞത് അവനെ ചൊടിപ്പിക്കുകയും ചെയ്തു.

അമ്മയ്ക്ക് തീരെ സുഖമില്ലെന്നും കിടപ്പിലാണെന്നും അച്ഛന്റെ വിയോഗമേല്പിച്ച മാനസികാഘാതം ഇനിയും വിട്ടുമാറിയിട്ടില്ലെന്നും

അവൻ നിർവ്വികാരതയോടെ പറഞ്ഞു.

"ആപ്ലിക്കന്റിന്റെ ഭർത്താവ് സ്വാതന്ത്ര്യസമരസേനാനിയാണെന്നതിന് തെളിവ് വല്ലതും?"

"ഇത് അച്ഛൻ പെൻഷൻ വാങ്ങിയിരുന്നതിന്റെ തെളിവുകളാണ്."

ബാഗിൽനിന്നും കുറച്ച് കടലാസുകളെടുത്തു കാട്ടിക്കൊണ്ട് തെല്ല് ശുണ്ഠിയോടെ അവൻ തുടർന്നു: "ഇതിന്റെ പകർപ്പുകൾ അപ്ലിക്കേഷന്റെ കൂടെ തന്നിരുന്നു." അപേക്ഷ എവിടെയാണ് വെച്ചതെന്ന് അപ്പോൾ പരതി നോക്കിയെങ്കിലും (അവനെ ബോദ്ധ്യപ്പെടുത്താനെന്നോണം) കണ്ടുകിട്ടിയില്ല. ഒന്നുകൂടിനോക്കി ഉടനെതന്നെ വേണ്ടത് ചെയ്യാമെന്ന് പറഞ്ഞ് അവനെ യാത്രയാക്കി.

അക്കാര്യം അപ്പോൾതന്നെ മറക്കുകയും ചെയ്തു. അടുത്ത തവണ വന്നത് മദ്ധ്യവയസ്കനാണ്. അന്വേഷണത്തിൽ ആ സ്ത്രീയുടെ മകൻ തന്നെ എന്ന് ബോദ്ധ്യമായി. അന്ന് അയാളെ എന്തു പറഞ്ഞാണ് മടക്കിയതെന്ന് ഓർമ്മയില്ല. റേഷൻകാർഡ്, ഇലക്ഷൻ ഐഡന്റിറ്റി കാർഡിന്റെ കോപ്പി, അഡ്രസ്സ് പ്രൂഫ് എന്നിങ്ങനെ എന്തെങ്കിലുമായിരിക്കാം.

എന്തായാലും ഒഴിവാക്കാൻ കുറെ പാടുപെടേണ്ടിവന്നു. അതിന് ശേഷവും പലപ്രാവശ്യം വന്നു. അയാൾ ഉള്ളപ്പോഴും ഇല്ലാത്തപ്പോഴുമൊക്കെയായി. ഇന്ന് ഉച്ചയോടെ ഓടിക്കിതച്ച്, ഹയർ പർച്ചേസ് ലോൺ പേപ്പറുകൾ ഒരു വിധം നീങ്ങിക്കിട്ടിയെന്ന ആശ്വാസത്തോടെ എത്തുമ്പോഴുമുണ്ട്, തന്റെ മേശയ്ക്കു മുന്നിൽ. നേരത്തെ കണ്ടത് അല്പം മുറുമുറുപ്പോടെയാണ്. ഇനി എന്തെങ്കിലുമൊക്കെ ഉച്ചത്തിൽ വിളിച്ചുപറയുമെന്നും ആപ്പീസിലുള്ളവരും അവിടെ കൂടിയവരുമായ ആളുകളുടെ ശ്രദ്ധയത്രയും അപ്പോൾ തന്നിലേക്ക് പതിയുമെന്നും തോന്നിയതുകൊണ്ടാണ് അയാളെ സെക്ഷൻ ജൂനിയർ സൂപ്രണ്ടിന്റെയടുത്തേക്ക് പറഞ്ഞുവിട്ടത്. ഇതാ തിരിച്ച് ഇവിടെത്തന്നെ എത്തിയിരിക്കുന്നു. ഇപ്പോൾ ഇയാൾ എന്തു പറഞ്ഞാലും കേൾക്കാൻ ആളുകൾ തീരെക്കുറവ്. മറ്റുരണ്ടുപേരും ഇപ്പോൾ രാഷ്ട്രീയം പറച്ചിൽ നിർത്തിയിരിക്കുന്നു.

നളിനാക്ഷൻ പുറപ്പെടാൻ തയ്യാറെടുത്തുകൊണ്ട് ഫയലുകൾ അടുക്കിവയ്ക്കുകയാണ്. പ്യൂൺ കുഞ്ഞിരാമനാകട്ടെ, അഞ്ചുമണിക്ക് സമയമേറെയുണ്ടല്ലോ എന്ന് അക്ഷമയോടെ വാച്ചിലേക്ക് നോക്കി പരിതപിക്കുകയാണ്. മറ്റെല്ലാവർക്കും എപ്പോൾ വേണമെങ്കിലും ഇറങ്ങിപ്പോകാം. ലാസ്റ്റ് ഗ്രേഡുകാരന് ഓഫീസടയ്ക്കാതെ ഇറങ്ങാനാവില്ലല്ലോ.

സ്വന്തം സീറ്റിലേക്കും മേശമേൽ വാരിവലിച്ചിട്ടിരിക്കുന്ന ഫയൽ കൂമ്പാരത്തിലേക്കും വാച്ചിലേക്കും സുകുമാരൻ നോട്ടം തിരിച്ചുകൊണ്ടുവന്നു. പിന്നെ അതിനുമുകളിൽ കൈകുത്തിവെച്ച് അക്ഷമയോടെ തന്നെ നോക്കി നിൽക്കുന്ന മധ്യവയസ്കനിലേക്കും. അയാളുടെ മുഖത്തെ ഗൗരവം തെല്ലയഞ്ഞു.

"ഫയൽ അവിടെയെത്തിയിട്ടില്ല സാർ, ഇവിടെയെവിടെയെങ്കിലും, തന്നെ...."

അയാൾ വളരെ പതുക്കെയാണ് പറഞ്ഞത്; അല്പം മടിച്ച് മടിച്ച്.

"എന്നാൽ ഞാനത് ഉച്ചയ്ക്കെടുത്ത് വിഴുങ്ങി."

സുകുമാരന് ദേഷ്യം വന്നത് പെട്ടെന്നായിരുന്നു. മദ്ധ്യവയസ്കന്റെ മുഖത്തെ പാവം മട്ട് അയാൾക്ക് കൂടുതൽ വീര്യമേറ്റി.

"ഇയാൾക്കിപ്പോഴെന്താണ് വേണ്ടത്? ഒന്ന് ഒഴിവാകുന്നുണ്ടോ ഇവിടെനിന്ന്...."

പറഞ്ഞുകഴിഞ്ഞപ്പോഴാണ് വേണ്ടിയിരുന്നില്ലെന്ന് തോന്നിയത്.

മദ്ധ്യവയസ്കന്റെ മുഖത്തപ്പോൾ അരിശം ഇരച്ചുകയറി. മാംസപേശികൾ വലിഞ്ഞുമുറുകി, കൈ പെട്ടെന്ന് മേശപ്പുറത്തെ പേപ്പർ വെയ്റ്റിലേക്ക് നീങ്ങി.

അപ്പോഴത്തെ ഭാവപ്പകർച്ച കണ്ടപ്പോൾ വല്ലാത്ത ആഘാതത്തോടെ അയാൾ തന്റെ മേൽ ചാടിവീഴുമെന്ന് സുകുമാരൻ ഭയന്നു. പിന്നെ ആ ബ്ലോക്കിലുള്ളവർ മുഴുവൻ ഓടിയെത്തും. മാനഹാനി, കൃത്യവിലോപത്തിനുള്ള ശിക്ഷ.... എന്തെല്ലാം പുലിവാലുകൾ....

അയാൾ കൈയുയർത്തും മുന്നേതന്നെ സുകുമാരൻ സീറ്റിൽനിന്ന് ചാടിയെഴുന്നേറ്റു. വല്ലാത്ത മാനസിക വിഭ്രാന്തിയിൽ അലറിവിളിച്ചു:

"കുഞ്ഞിരാമാ, ഇയാളെ പിടിച്ച് പുറത്ത് തള്ള്; വേഗം."

പിന്നെ പ്യൂൺ കുഞ്ഞിരാമൻ ഓടിവന്ന് ഈർഷ്യയോടെ മുറുമുറുത്തുനിന്ന മദ്ധ്യവയസ്കനെ അനുനയിപ്പിച്ച് പതുക്കെ ഉന്തി വാതിലിന് വെളിയിലേക്കിറക്കുന്നതും നോക്കി സെക്ഷൻക്ലാർക്ക് സുകുമാരൻ ആശ്വാസത്തോടെ സീറ്റിൽ ചാഞ്ഞിരുന്ന് മന്ദഹസിച്ചു. അനന്തരം ഒരു സിഗരറ്റെടുത്ത് ചുണ്ടിൽ തിരുകി ലൈറ്ററിനുവേണ്ടി മേശമേൽ പരതാൻ തുടങ്ങി.

ക്ലൈമാക്സ്

ബസിൽ കയറുമ്പോഴേക്കും ഞങ്ങൾ വല്ലാതെ ക്ഷീണിച്ചും വിയർത്തുമിരുന്നു. കുഴഞ്ഞുവീഴുമോ എന്നു തോന്നി. ഭാഗ്യത്തിന് ഒഴിഞ്ഞ ഇരിപ്പിടം കണ്ടതിനാൽ അതിൽ ചെന്നുവീഴുകയായിരുന്നു. ജ്യോത്സന നിർത്താതെ അണച്ചുകൊണ്ടിരുന്നു. നായ കിതയ്ക്കുന്നതുപോലെ എന്ന നാടൻപ്രയോഗം ഓർമ്മ വന്നു. മറ്റേതെങ്കിലും അവസരത്തിലായിരുന്നുവെങ്കിൽ അതുപറഞ്ഞ് ഞാൻ ചിരിച്ചേനെ. കൂടെ അവളും പൊട്ടിച്ചിരിച്ചേക്കും. ചിരിച്ചുകുഴഞ്ഞ് മണ്ണുകപ്പും. നല്ല ഭംഗിയുണ്ട് അവളുടെ ചിരിക്ക്. എന്നാൽ വളരെ ഗൗരവമായ കാര്യത്തിൽ ചെന്ന് തലയിട്ടിരിക്കുകയാണ് ഞാനിപ്പോൾ – അല്ല ഞങ്ങൾ. ഞാൻ ഗൗരവം വീണ്ടെടുത്തുകൊണ്ട് അവളുടെ മുഖത്തേക്കും ബസിലേക്കും മാറിമാറി നോക്കി. ജ്യോത്സന കിതപ്പിനിടയിലും ചെറുതായി പുഞ്ചിരിച്ചു. ബസിലാകട്ടെ, ആകെ കുറച്ച് യാത്രക്കാരേയുണ്ടായിരുന്നുള്ളൂ. ആ പ്രദേശത്തുകൂടി പട്ടണത്തിലേക്കുപോകുന്ന അവസാനത്തെ ബസായതിനാൽ യാത്രക്കാർ വളരെ കുറവാണ്. അവരിൽതന്നെ ചിലർ ഉറക്കം തൂങ്ങുകയോ വെളിയിലെ ഇരുട്ടിലേക്ക് നോക്കി അസ്വാസ്ഥ്യപ്പെടുകയോ വേഗം ലക്ഷ്യസ്ഥലത്തെത്താൻ തിടുക്കപ്പെടുകയോ ആയിരുന്നു. തന്നത്താൻ ഭാരമായി ഒടിഞ്ഞുതൂങ്ങുന്ന അവസ്ഥയിൽ ഓരോരുത്തരും താന്തരായും പരിക്ഷീണരായും കാണപ്പെട്ടു. അതൊരു അനുഗ്രഹമായി തോന്നി എനിക്ക്. ബസ് നല്ല സ്പീഡിലായതും നന്നായി. ഇപ്പോഴവർ കാര്യത്തിന്റെ ഗൗരവമറിഞ്ഞ് ഉണർന്നിരിക്കും. ഒന്നുകിൽ പൊലീസിൽ പരാതിപ്പെടും. അത് ഒരുകണക്കിന് കാര്യം എളുപ്പമാക്കിത്തരികയാവും; ആ വഴിക്കാലോചിക്കുമ്പോൾ. പൊലീസ് ഞങ്ങളെ അന്വേഷിച്ച് കണ്ടുപിടിച്ചാൽ കോടതിയിൽ ഹാജരാക്കും.

പരസ്പരം ഇഷ്ടപ്പെടുന്ന കാമുകീകാമുകന്മാരെ ഏതു കോടതിയാണ്

ശിക്ഷിക്കുക? കുറേശ്ശെ നിയമം ഞാനും പഠിച്ചിട്ടുണ്ട്. കോടതി ഞങ്ങളെ ഒന്നിച്ചുജീവിക്കാൻ അനുവദിക്കും. ഇനി കോടതിയിൽ ഹാജരാക്കിയില്ലെന്ന് വിചാരിക്കുക; പൊലീസ് സ്റ്റേഷനിൽവെച്ച് മാംഗല്യച്ചരട് കെട്ടിച്ച എത്രയെത്ര വാർത്തകൾ പത്രങ്ങളിലും മറ്റുമായി വന്നിരിക്കുന്നു. എത്രയോ സിനിമകളിലുമുണ്ട് അത്തരം മുഹൂർത്തങ്ങൾ. വാസ്തവത്തിൽ ഞാൻ ഭയപ്പെടുന്നത് മറ്റൊരു കാര്യത്തെക്കുറിച്ചാണ്. ജ്യോവിന്റെ സഹോദരന്മാരും ബന്ധുക്കളും ഈ വിവരം അറിഞ്ഞയുടൻ ഗുണ്ടകളെയും കൊണ്ട് ജീപ്പിൽ പുറപ്പെടും. ബസിനെ ഓവർടേക്ക് ചെയ്ത് മുന്നിൽ കയറ്റി തടഞ്ഞിട്ട് ഞങ്ങളെ പിടിച്ചിറക്കി........ ഓ, പിന്നീട് സിനിമാസ്റ്റൈലിൽ ഇടിയോട് ഇടിയാണ്. കീരിക്കാടൻ ജോസിന്റെ മാതിരി ഭയപ്പെടുത്തുന്ന കണ്ണും നോട്ടവും ചുണ്ടത്തെ ബീഡിയും മടക്കിക്കുത്തിയ മുണ്ടും ഉയർത്തിത്തല്ലുന്ന പാദങ്ങളും..... ആലോചിക്കുമ്പോൾ എനിക്കിപ്പോഴേ മുട്ടുവിറച്ചു തുടങ്ങി. സിനിമ കാണുന്ന ശീലമുള്ളത് ഒരനുഗ്രഹമായി. അങ്ങനെയും ആപത്തുകൾ വരാമെന്ന മുന്നറിയിപ്പ് അത് തരുന്നുണ്ടല്ലോ. ഏതു കാര്യവും സിനിമാറ്റിക്ക് ആയി ചിന്തിക്കുന്നതാണ് എന്റെ കുഴപ്പമെന്ന് ജ്യോ ഇടയ്ക്ക് കളിയാക്കാറുണ്ട്. ഇനി അവരും ഞാൻ കണ്ട സിനിമകളൊക്കെ കണ്ടിട്ടുണ്ടെങ്കിലോ? തീർച്ചയായും ഞാൻ മനസ്സിൽ കാണുന്ന രംഗങ്ങളിൽ തന്നെയാവും അവർ ഇനി പ്രത്യക്ഷപ്പെടുക. തല്ക്കാലം അവരാ സിനിമകൾ കാണാൻ സാദ്ധ്യതയില്ലെന്ന് വിചാരിച്ചാലും അങ്ങനെയൊരു സാഹചര്യം ഏതുനിമിഷവും ഉണ്ടാകാമെന്ന തോന്നലിൽ എന്റെ ശ്രദ്ധ ഇടയ്ക്കിടെ പിൻഗ്ലാസിലൂടെ പുറത്തേക്ക് തിരിഞ്ഞുപോകുന്നുണ്ട്. എനിക്കങ്ങനെ ഒരു കാര്യം മനസ്സിൽ മിന്നിയാൽ മതി; പിന്നെ അതു തന്നെയാവും ചിന്ത മുഴുവൻ. സ്ക്രീനിൽ പതിപ്പിച്ചപോലെയാണത്. അങ്ങനെയുണ്ടാവാൻ ഒരു സാദ്ധ്യതയുമില്ല എന്ന് സ്വയം വിശ്വസിപ്പിക്കാൻ ഞാൻ ആവതും ശ്രമിക്കുന്നുണ്ട്. എങ്കിലും പിൻഗ്ലാസിലൂടെ വാഹനങ്ങളുടെ കണ്ണഞ്ചിപ്പിക്കുന്ന ഹെഡ്‌ലൈറ്റ് കാണുമ്പോൾ ചങ്കിടിക്കുന്നുണ്ട്.

ബസിനുപുറത്ത് ചാറ്റൽമഴ; മണ്ണിന്റെ പുതുഗന്ധത്തോടൊപ്പം മഴ ഒരു നനഞ്ഞ സ്പർശമായും ആശ്വാസമായും വിയർക്കുന്ന മനസ്സിനെ തണുപ്പിച്ചു. പട്ടണത്തിലേക്ക് ഇനിയും കുറേ ദൂരമുണ്ട്. അതുവരെ ഒന്നും ഓർക്കാതിരിക്കുകയാവും നല്ലത്. ഞാൻ ജ്യോവിന്റെ മുഖത്തേക്ക് ഒളിഞ്ഞു നോക്കി. വീട്ടുകാരെ ഉപേക്ഷിച്ചു പോന്നതിൽ എന്തെങ്കിലും ദുഃഖം മുഖത്തു കാണാനുണ്ടായിരുന്നില്ല. അവൾ കണ്ണടച്ച് ധ്യാനത്തിലെന്നോണം ഇരിക്കുകയാണ്. ജ്യോ.... ഞാനവളെ പതുക്കെ തൊട്ടുവിളിച്ചു. അവൾ കണ്ണുതുറന്ന് എന്നെ നോക്കി പുഞ്ചിരിച്ചു. അവളുടെ മനസ്സ് ആകുലപ്പെടുന്നതായി എനിക്ക് തോന്നി. അത് എന്നെപ്രതി ഉൽക്കണ്ഠപ്പെടുന്നുണ്ടെന്നാണെനിക്ക് തോന്നുന്നത്. ആ സിനിമ അവളും കണ്ടിട്ടുണ്ടാവണം; അല്ലെങ്കിൽ ഒരു പക്ഷെ എന്നിൽനിന്നാവണം; അതിന്റെ കഥയെങ്കിലും കേട്ടുകാണും. എനിക്കെന്തെങ്കിലും ആപത്ത് സംഭവിച്ചേക്കുമോ

എന്ന ഉല്ക്കണ്ഠാ അവളുടെ മുഖത്ത് വായിച്ചെടുക്കാം. പിരിമുറുക്കത്തിൽനിന്ന് തെല്ലൊരു അയവിനായി ചുമലിൽ കൈയിട്ട് അവളെ തന്നോട് ചേർത്തു. അവളൊരാട്ടിൻകുട്ടിയുടെ കൃശഗാത്രം കണക്കെ തന്നോടൊതുങ്ങിനിന്നു. എല്ലാം സമയത്തിന്റെ ഒരു കളി എന്നാണെനിക്ക് ഈ കാര്യങ്ങളെക്കുറിച്ചു തന്നെ തോന്നിയത്. ഞാൻ ഗുമസ്തപ്പണി ചെയ്ത വക്കീൽ ഗോപാലൻനായരുടെ മകളാണ് ജ്യോത്സന. ഗോപാലൻനായരുടെ ഗുമസ്തപ്പണിക്ക് ദൂരെനിന്നും എത്തിയ എനിക്ക് വീടിനോട് ചേർന്ന ഔട്ട് ഹൗസിൽ താമസം. പട്ടണത്തിലെ കോടതിക്കടുത്തുള്ള ഓഫീസിലേക്ക് വക്കീലിന്റെ കൂടെ യാത്ര. കുറഞ്ഞകാലംകൊണ്ട് അയാളുടെ സ്നേഹം പിടിച്ചുപറ്റാൻ എനിക്ക് കഴിഞ്ഞു. അത് എന്റെ മിടുക്ക് മാത്രമല്ല, അഭ്യസ്തവിദ്യന്റെ തൊഴിലില്ലായ്മയുടെ ഗുണംകൊണ്ടു കൂടിയാണ്. മറ്റൊരു സിനിമാക്കഥപോലെ സിനിമ കണ്ടുകണ്ട് വാസ്തവ ജീവിതവും വെള്ളിത്തിരയും തമ്മിൽ കടുത്ത സാദൃശ്യം എനിക്കെപ്പോഴും തോന്നിയിട്ടുണ്ട്. സാഹിത്യത്തിലെ പി ജിയും ഒരുപക്ഷേ വക്കീൽ ഗുമസ്തന്മാർക്കു കിട്ടുന്നതിൽ കവിഞ്ഞുള്ള പരിഗണനയ്ക്കിടയാക്കിയിരിക്കാം.

ജ്യോവിന്റെ ഡിഗ്രി മെയിൻ മലയാള സാഹിത്യമാണ്. എന്റെ പക്കലുള്ള കുറേ പുസ്തകങ്ങൾ അവൾ വായിക്കാനെടുത്തിരുന്നു. എത്രയോ പുസ്തകങ്ങളെപ്പറ്റി എന്നോട് ചർച്ച ചെയ്തിരുന്നു. സിനിമാക്കഥകളേക്കാൾ അധികമായി അതാണവൾക്കിഷ്ടവും. അതിലെ കഥാപാത്രങ്ങളുടെ വിചിത്രമായ ജീവിതരീതികളിലേക്ക് അതിരുകവിഞ്ഞ സർഗ്ഗാത്മകതയോടെ അവൾ കടന്നുചെന്നു. തസറാക്കും ചിതലിമലയും മയ്യഴിപ്പുഴയും മൂപ്പൻ സായ്വിന്റെ ബംഗ്ലാവും അവൾ ചുറ്റി സഞ്ചാരം ചെയ്തു. വായിച്ചറിഞ്ഞ കഥാപാത്രങ്ങളെ ജീവിതത്തിൽ അടുത്തു കണ്ടു. വെള്ളിയാങ്കല്ലിൽ തുമ്പിയായി വന്നിരിക്കാൻ അവൾ ചന്ദ്രികയുടെ ആത്മാവ് കടമെടുത്തു. വൈകുന്നേരങ്ങളിൽ പുഴക്കാറ്റേല്ക്കാൻ കുന്നിറങ്ങുന്ന വൃദ്ധന്മാരെ അവൾ സായാഹ്നയാത്രകളുടെ അച്ഛൻ എന്നു വിളിച്ചു. വായനയ്ക്കുശേഷം പുസ്തകം കൈമാറുമ്പോൾ ഞാൻ ശ്രദ്ധിക്കും. അവൾക്കിഷ്ടപ്പെട്ട ഭാഗം അടിവരയിട്ടു വച്ചിട്ടുണ്ടാകും. എനിക്കിഷ്ടപ്പെട്ട ഭാഗം ഞാനും. അങ്ങനെയാണ് ഞങ്ങൾ ഒരേമട്ടിൽ വിചിത്രമായെങ്കിലും സ്വപ്നജീവികളായതും. അച്ചടിച്ച അക്ഷരങ്ങളോടുള്ള അടുപ്പം തമ്മിലടുപ്പിച്ചതും. *ആയുസ്സിന്റെ പുസ്തക*ത്തിലേതുപോലെ റബ്ബർ തോട്ടങ്ങളും കുന്നുകളും കൊച്ചരുവിയും ഇടവകപ്പള്ളിയുമുള്ള ഒരു മലയോരത്താണ് അവളുടെ വീട്. യോഹന്നാന്റെ ദുഃഖിതവും ഏകാകിതവുമായ ജീവിതത്തെ പ്രതി അവളേറ്റം സങ്കടപ്പെട്ടു. പുണ്യപാപങ്ങളുടെ സങ്കീർത്തനമായി അവളും ഇടവകയിലെ ജനങ്ങൾക്കൊപ്പം ഉരുകിക്കൊണ്ടിരുന്നു. ദൈവമേ, നീ ഞങ്ങളുടെ ജീവിതത്തെ കഠിനതരമാക്കുന്നതെന്ത് എന്നവൾ ദുഃഖിച്ചു.

പട്ടണത്തിലെത്തി ബസ് ബ്രെയ്ക്കിട്ടതും ആളുകൾ ധൃതിപ്പെട്ട് ഇറങ്ങിത്തുടങ്ങി. എന്റെ നാട്ടിലേക്കുള്ള ബസ് പോയ്ക്കഴിഞ്ഞിരുന്നു. ഇനി

വളരെനേരം കഴിഞ്ഞാണെടുത്തത്. നേരം വളരെയൊന്നുമായില്ല. തനിയെ ബസ്സ്റ്റാന്റിലിരുന്ന് ജനശ്രദ്ധ പിടിച്ചെടുക്കേണ്ടതില്ലെന്ന് തോന്നി. മാത്രമല്ല, അവളുടെ ബന്ധുക്കളാരെങ്കിലും അന്വേഷിച്ചെത്തുമ്പോൾ എളുപ്പം പിടികൊടുക്കലാവും അത്. നേരം ചെലവഴിക്കാനും ഒരാശ്വാസത്തിനും വഴിയെന്തെന്ന് കൂടുതലാലോചിക്കേണ്ടി വന്നില്ല. തെല്ലകലത്തായുള്ള സിനിമാടാക്കീസിൽ നിന്ന് രണ്ടാമത്തെ ഷോയ്ക്കുള്ള ബെല്ലടിക്കുന്നത് ആ സമയത്തുതന്നെയായത് എളുപ്പമായി. മറ്റൊന്നുമാലോചിക്കാതെ ജ്യോവിന്റെ കൈയുംപിടിച്ച് ഞാനങ്ങോട്ട് നടന്നു. അവൾക്കും അതേവരെയുള്ള മൗഢ്യത്തിൽനിന്നും മനസ്സിനൊരാശ്വാസം തോന്നിയത് അപ്പോഴാണ്. സിനിമയുടെ പേരിൽ തന്നെ ഒരു ശാലീനതയുണ്ടെന്ന് ജ്യോ പറഞ്ഞു. പീഡനങ്ങൾക്കൊടുവിലും ബോബൻ കുഞ്ചാക്കോയും ശാലിനിയും തമ്മിലുള്ള പ്രണയം തീവ്രതരമായി മുറുകിയപ്പോൾ ഞാൻ ജ്യോവിന്റെ കൈ മുറുകെപ്പിടിച്ചു. വെള്ളിത്തിരയിലെ ബോബൻ കുഞ്ചാക്കോയായി ഞാൻ. ജ്യോ, ശാലിനിയും. പ്രണയം പലവിധ തടസ്സങ്ങളിൽ തട്ടിയും മുട്ടിയും ഉരുണ്ടും കിതച്ചും മുന്നേറി ഒളിച്ചോട്ടത്തിൽ കലാശിച്ചപ്പോൾ ടാക്കീസിനകത്തെ ഇളംചൂടിൽ ജ്യോ എന്നോട് ചേർന്നിരുന്നു. ഞങ്ങളിരുവരും ഇന്നസെന്റിന്റെ മുക്കുവക്കുടിയിൽ രക്ഷാസങ്കേതം കണ്ടെത്തിയ ആശ്വാസത്തിലുമായിരുന്നു. കടപ്പുറത്തെ മുക്കുവർ ഞങ്ങൾക്ക് തുണക്കാരായി.

സിനിമയുടെ ക്ലൈമാക്സിൽ കാമുകീകാമുകന്മാർ വീട്ടുകാരെ പിരിയാൻ കഴിയാത്തതിലുള്ള ദുഃഖത്താൽ മെഴുകായുരുകുന്നതും സങ്കടക്കടലിൽ തിരമുറിഞ്ഞൊഴുകുന്നതും ഞങ്ങളറിഞ്ഞു. ഒടുവിൽ സ്നേഹിക്കാൻ വേണ്ടി പരസ്പരം പിരിയാൻ തീരുമാനിച്ചപ്പോൾ കണ്ണു നിറഞ്ഞു. അത്രയ്ക്കവളെ ഇഷ്ടപ്പെടേണ്ടിയിരുന്നോ എന്നെനിക്ക് തോന്നി. പിന്നെ ഇത്രയും കൊണ്ടുപിടിച്ച് പ്രണയിച്ചതെന്തിനെന്ന ചോദ്യം മനസ്സിനെ കീറിവലിച്ചു. സിനിമവിട്ട് പുറത്തിറങ്ങിയപ്പോൾ ജ്യോ വല്ലാതെ വിതുമ്പുന്നുണ്ടായിരുന്നു.

"നമുക്ക് തിരിച്ചു പോകാം." ഞാൻ കുഞ്ചാക്കോ ബോബനായി അവളുടെ കണ്ണുതുടച്ചു. ഞങ്ങൾ ബസ് സ്റ്റാന്റിലേക്ക് നടന്നു. പിരിയാൻ തീരുമാനിച്ച നിലയ്ക്ക് അവളെ വീട്ടിൽ തിരിച്ചുകൊണ്ടുവിട്ടിട്ട് വേണം എനിക്ക് അവിടം വിട്ടുപോകാൻ. ആ നാട് ഇനിയൊരിക്കലും എനിക്ക് പോകാനായി കാത്തൊരുങ്ങില്ല.

ജ്യോ ഒന്നും മിണ്ടാതെ തലയാട്ടി.

"നമ്മുടെ സ്നേഹം നിലനിർത്താൻ വേർപിരിയലല്ലാതെ വേറെ വഴിയില്ല."

അവൾ കരച്ചിലോളമെത്തിക്കഴിഞ്ഞിരുന്നു. ബസ്സ്റ്റാന്റിൽ ഒരു ജീപ്പും ഏതാനും റിക്ഷകളുമല്ലാതെ മറ്റു വാഹനങ്ങളൊന്നുമില്ല. അവയുടെ ഡ്രൈവർമാർ തട്ടുകടയിൽനിന്ന് ചൂടുചായ ആസ്വദിച്ച് മൊത്തിക്കുടിക്കുന്നു. അതിനിടയിലും അവർ സിനിമയെക്കുറിച്ചും അതിന്റെ ദൃ

ശ്യചാരുതയെക്കുറിച്ചും വാചാലരാകുന്നുണ്ട്. മടിച്ചുമടിച്ചാണെങ്കിലും ഞാൻ ഞങ്ങളുടെ സ്ഥിതി അവരോട് തുറന്ന് പറഞ്ഞു. ഞങ്ങൾ പിരിയാൻ തീരുമാനിച്ച വിവരം കേട്ടതും അവർ പൊട്ടിച്ചിരിച്ചു.

"ഒരു പെണ്ണിനെയും കൊണ്ട് ഒളിച്ചോടിയിട്ട് അതുമുതലാക്കാതെ.... ഈ ദിനേശനൊരു മങ്കൂസ് തന്നെടാ മോനേ", അവർ പരസ്പരം കണ്ണിറുക്കിചിരിച്ചു.

ഞങ്ങൾ ശങ്കിച്ചു നിന്നു. ജ്യോ വല്ലാതെ പരിഭ്രമിച്ചിരുന്നു. "എന്നാ കയറ്, രണ്ടിനേയും കൊണ്ടുവിടാം." കൈയിലിരുന്ന സിഗരറ്റുകുറ്റി ആഞ്ഞ് വലിച്ച് നിലത്തെറിഞ്ഞശേഷം ജ്യോവിന്റെ നേരെ ഒരു വൃത്തികെട്ട നോട്ടമെറിഞ്ഞ് ചിരിച്ച് ജീപ്പ് ഡ്രൈവർ പറഞ്ഞു.

ഞാൻ ആശ്വാസത്തോടെ ജ്യോവിന്റെ കൈപിടിച്ച് ജീപ്പിൽ കയറി. ഞങ്ങളെയും കൊണ്ട് ജീപ്പ് ഓടാൻ തുടങ്ങി. അയാൾ മറ്റു വണ്ടിക്കാരോട് എന്തോ ആംഗ്യം കാണിച്ച് വികൃതമായി ചിരിച്ചു. ഞങ്ങൾക്കു പിന്നാലെ അവരും ഓടിത്തുടങ്ങി. പിന്നിൽനിന്നും മുഴക്കത്തോടെ വന്ന് ജിപ്പിലിടിച്ച് ഒരു കാറ്റ് കടന്നുപോയി. തണുത്ത കാറ്റിൽ ജ്യോ വിറച്ച് എന്നെ മുറുകെ പിടിച്ചു. ഞാനാലോചിച്ചുകൊണ്ടിരുന്നത് മറ്റൊന്നായിരുന്നു. ഇങ്ങനെയൊരു സീൻ; കാറ്റിൽ തണുത്ത് വിറച്ച് ജീപ്പിന്റെ പിൻസീറ്റിലിരുന്നുകൊണ്ടൊരു യാത്ര സിനിമയിൽ കണ്ടില്ലല്ലോ എന്നാണ്. ഞാനവളുടെ മുഖത്തു നോക്കി. അവൾ ആകെ ഭയന്നിരിക്കുകയാണ്. എന്റെ മടിയിൽ മുഖംപൂഴ്ത്തി അവൾ തേങ്ങി..... .

കടൽ സന്ദേശം

അരയസമാജം ഓഫീസിൽനിന്ന് പളനി ചുട്ടുപൊള്ളുന്ന കടപ്പുറനട്ടുച്ചയിലേക്കിറങ്ങി വന്നു. വയസ്സായെങ്കിലും മനസ്സിലെ കടൽ ക്ഷോഭവും കണ്ണുകളിലെ എന്തിനും മടിക്കാത്ത തീക്ഷ്ണതയും ഒരിക്കൽ ചെമ്പൻ കുഞ്ഞിനെ ആവേശംകൊള്ളിച്ച തന്റേടവും ചോർന്നുപോയിട്ടില്ല. ഉച്ചയനക്കങ്ങളിൽ കടൽ, വെയിലേറ്റ് പാമ്പിനെപ്പോലെ പുളഞ്ഞു. കാറ്റ്, പൂഴിത്തടുക്കിൽ നിർത്തിയിട്ട വള്ളങ്ങളിന്മേൽ ഒരു വലിയ തുഴക്കാരന്റെ സാമർത്ഥ്യത്തോടെ ആടിത്തിമിർത്തു. കടൽപ്പരപ്പിന്റെ അനന്തതയും അഭൗമമായ തുറസ്സും പളനിയെ ചൊടിപ്പിച്ചു. ഈ കടലായിരുന്നു എന്നും തന്റെ രക്ഷകൻ. തനിക്കെന്തും കൈനീട്ടിത്തന്നത്, തന്നെ ജീവിപ്പിച്ചത്; ജീവാത്മാവും അന്നം തന്ന ദൈവവും ഉറ്റവരും ഉടയോരും. താനെന്തും കടലിൽ നിന്ന് നേടും എന്ന ഒരു അഹങ്കാരം ഉണ്ടായിരുന്നു; കൊമ്പൻ സ്രാവിന്റെ ഉശിര് തികഞ്ഞ കാലത്ത്. തന്നെ മരണത്തിന്റെ പുറങ്കടൽക്കുതിപ്പ് കാണിച്ചുതരും വരെ. പുറംപരപ്പിലെ വിസ്താരമേറിയ ശാന്തതയ്ക്കുള്ളിൽ അമർത്തിവെച്ച സംഹാരാത്മകതയെ പുറത്തെടുത്ത് കാണിച്ചുതരും വരെ. ഒളിച്ചുവച്ച മരണച്ചുഴിയിലേക്ക് തന്റെ കൊച്ചുവള്ളത്തെ വലിച്ചടുപ്പിക്കുംവരെ. പോറ്റമ്മയുടെ ബീഭത്സമായ മുഖം കണ്ട് സ്തബ്ധനായിപ്പോയ ആ നിമിഷത്തെ മറക്കാറായിട്ടില്ല; ഇപ്പോഴും പളനിക്ക്.

"വെള്ളം ആകാശത്തോളം പൊട്ടിത്തെറിച്ചു. കടലാകെ ഒരു ഗുഹയായി, കൊടുങ്കാറ്റ് കാണത്തക്ക വസ്തുവായും. ചുഴിയാൽ പെട്ട വള്ളം തൂണു പോലെ നിന്ന് താഴ്ന്ന രാത്രി. മുക്കുവർക്ക് വഴികാട്ടിയായിരുന്ന അരുന്ധതീ നക്ഷത്രത്തിന്റെ പ്രകാശത്തിന് മ്ലാനത വന്ന രാത്രി". *

കടൽത്താഴ്ചയുടെ തണുത്ത ചുഴിയാകാശമാണ്, ഓർമ്മയിലവസാനം ശേഷിക്കുന്നത്. കടൽ വള്ളത്തോടൊപ്പം തന്നെ കൈക്കുമ്പിളിൽ കോരിയെടുത്തു കൊണ്ടുപോയി. അപ്പോൾ അറിയാതെ കറുത്തമ്മയെ

വിളിച്ചുപോയത് എന്തിനാണെന്ന് ഇന്നുമറിയില്ല. ബോധാബോധങ്ങൾക്കിടയിലെ ഒരോർമ്മച്ചിത്രമായി കറുത്തമ്മ മെല്ലെ പരീക്കുട്ടിയോട് ചേർന്നിരുന്ന് കൊഞ്ചിക്കുഴയുന്നത് പ്രജ്ഞയിൽ ഒളിമിന്നിയതിനാലാവണം അത്. വള്ളത്തിന്റെ അടിപ്പലകയോട് ഒരു പരൽമീൻ കണക്കെ പറ്റിച്ചേർന്ന നിലയിൽ എത്രനേരം കിടന്നെന്ന് അറിയില്ല. ആരാണ് തന്നെ കരയിലേക്കടുപ്പിച്ചതെന്നും. അക്കാര്യം ആരും പറഞ്ഞുകേട്ടില്ല. ഒരുപക്ഷേ അതും കടലമ്മതന്നെയാവും; ശിക്ഷിച്ച് മതിവന്ന് പിന്നെ ശാന്തമായി പശ്ചാത്തപിക്കുന്ന രക്ഷിതാവിനെപ്പോലെ. ബോധം തെളിഞ്ഞപ്പോൾ ചുറ്റും കൂടി നില്ക്കുന്നവർക്കിടയിലും കണ്ണുകൾ പരതിയത് കറുത്തമ്മയെതന്നെ. തന്റെ ചേതനയറ്റ ശരീരം പ്രതീക്ഷിച്ച് കള്ളക്കരച്ചിലുമായിവന്നവളെ നേർക്കുനേർ കാണുന്നതിലുള്ള ആനന്ദം നേടാൻ. തീക്ഷ്ണമായ ഒരു നോട്ടം കൊണ്ടവളെ തകർത്തു കളയാമെന്ന അഹങ്കാരത്താൽ. അങ്ങനെ ജീവിതത്തിനും മരണത്തിനുമിടയിലെ നേരിയ വലക്കണ്ണിലൂടെ താൻ ജീവിതത്തിലേക്കൂർന്നു വീണു. പക്ഷേ, തന്നോടും തുറയോടും തെറ്റു ചെയ്തതിന് കടൽത്തിര പരീക്കുട്ടിയായി വന്ന് അവളെയൊരു കൂറ്റൻ ആലിംഗനത്തിലമർത്തി കൊണ്ടുപോയത് പിന്നീടാണറിഞ്ഞത്. പിന്നെ പെണ്ണിനെയും മുക്കുവ ജീവിതത്തെത്തന്നെയും വെറുത്തെങ്കിലും കടലിനോടൊരിഷ്ടം ബാക്കി നിന്നു. കുഞ്ഞിനെ പോറ്റാനും അശരണയായ പഞ്ചമിക്ക് വിശപ്പടക്കാനുമായി ചൂണ്ടയിടേണ്ടി വന്നു. ചേച്ചിയെ അന്വേഷിച്ചെത്തിയതിൽ പിന്നെ പഞ്ചമി പുറക്കാട്ടേക്ക് തിരികെ പോയില്ല.

"ഏയ് മരക്കാരേ, പളനി മരക്കാരേ, നട്ടുച്ചക്കിനാവ് കാണ്വാ.....?"

ശബ്ദം കേട്ടാലറിയാം, സമാജം പ്രസിഡണ്ട് സുജാതനാണ്. പളനി കടലിൽ നിന്ന് കണ്ണെടുക്കാതെ നിഷേധത്തിന്റെ തലയാട്ടി.

"വൈകിട്ട് ഗോപാൽജി വരുന്നുണ്ട് കുടുംബസംഗമത്തിന്.

മരക്കാരുണ്ടാവണം കുടുംബത്തേയും കൂട്ടിക്കോ."

അല്പം അധികാര സ്വരത്തിലാണയാൾ പറഞ്ഞത്. പളനി എന്തോ മറുപടി പറയാൻ ശ്രമിച്ചെങ്കിലും അതിന് കാക്കാതെ അയാൾ പളനിയെ പിന്നിട്ടു. കടൽ പരിഹസിച്ചു. വല വീശിയെറിഞ്ഞ കാറ്റും. പേടിത്തൊണ്ടൻ മരക്കാർ. പെണ്ണിനെ നിലയ്ക്ക് നിർത്താനറിയാത്തവൻ. കുറെക്കാലം തുറയിലെ മുക്കുവന്മാർക്ക് മുഖം കൊടുക്കാതെനിന്നു. ആദ്യമാദ്യം തന്റെ നേർക്ക് വന്ന പരിഹാസത്തിന്റെ ചൂണ്ടകളെ കൊത്താതെ തട്ടിമാറ്റി, നീന്താൻ പണിപ്പെട്ടു.

കടപ്പുറത്തിന് വന്ന മാറ്റങ്ങൾ പളനിയും അറിയുന്നുണ്ട്. തുറമൂപ്പന്റെ അധികാരം പോയി. സമുദായം, സംഘടന അങ്ങനെ എന്തെല്ലാം.... . അയാൾ ജീവിതത്തിലേക്ക് ഒന്നുകൂടി പാളി നോക്കി. ഏതാനും വർഷമേ, പഞ്ചമിയുടെ ചേട്ടനെന്ന ബന്ധം നിലനിന്നുള്ളൂ. മോളെ വളർത്താൻ വേണ്ടി പുനർവിവാഹം എന്ന സ്വപ്നം കുറച്ചുകാലം ഉപേക്ഷിച്ചിരുന്നു. കറുത്തമ്മയോടുള്ള പകയും അതിന് പ്രേരിപ്പിച്ചു. തുറയിലൊറ്റപ്പെട്ടതിന്റെ വേദന ഏറെ സഹിച്ചു. പഞ്ചമി വലുതായപ്പോൾ അവളെയും മോളെയും

കൊണ്ട് തൃക്കുന്നപ്പുഴ കടപ്പുറം വിട്ട് വടക്കോട്ട് യാത്രയായി. എത്രയോ കാതങ്ങൾ, എത്രയോ തീരങ്ങൾ, എത്രയോ തിരപ്പാടുകൾ അകലെ. എത്ര ദൂരം വന്നെന്നറിഞ്ഞില്ല; എത്രനാൾ തുഴഞ്ഞെന്നും. മലബാറിലാണെത്തിയതെന്നറിയുന്നത് പിന്നീടാണ്. കറുത്തമ്മയുടെ സ്ഥാനം ഇതിനകം പഞ്ചമി ഏറ്റെടുത്തിരുന്നു. ഇനിയൊരു നാലാം വേദക്കാരന്റെ കൈയിലും മനസ്സിലും അവളും മോളും പെടരുതെന്നാഗ്രഹിച്ചു. അത്രയ്ക്കേറെ വെറുപ്പായിരുന്നു അവന്റെ സമുദായത്തോട്.

(ഹോ, എന്തൊക്കെയാണാ കുട്ടനാടൻ കൃഷിക്കാരൻ നോവൽ ബുക്കിൽ എഴുതിവെച്ചത്? അനുരാഗത്തിന്റെ പേരും പറഞ്ഞ് നാലാം വേദക്കാരനെ ഉള്ളിൽ കൊണ്ടു നടന്നവളെ ഈ പഴനിയുടെ ജിവിതത്തിനോട് ചേർത്തു നിർത്തി. കരയിലെ മുക്കുവത്തി പിഴച്ചാൽ കടലമ്മ കോപിക്കുമെന്ന് പറഞ്ഞു. ആ ജീവിതം കൂടി കടലെടുത്തു.)

സമാജം ഉഷാറായി നടക്കുന്നിടത്ത് നാലാം വേദക്കാരന് എത്തിനോക്കാൻ പോലുമാവില്ലെന്ന് ഉറപ്പിച്ചതായിരുന്നു. എന്നാലും അവരുടെ ആസൂത്രിതമായ ചില നീക്കങ്ങൾക്കു മുന്നിൽ തന്ത്രങ്ങൾ പാളുന്നു ,ചിലപ്പോഴെല്ലാം. മീൻവാങ്ങി കച്ചവടം ചെയ്ത് ഹൃദയത്തിൽ അനുരാഗവുമായി നടക്കുന്ന പരീക്കുട്ടിയായല്ല അവന്റെ ഇപ്പോഴത്തെ വരവ്. നാടൻ ബോംബും കാണുന്നമാത്രയിൽ ചോരയുറഞ്ഞുപോകുന്ന മൂർച്ചയേറിയ കിടിലൻ സാധനങ്ങളുടെ ചാകരക്കോളുമായിട്ടാണ്. കഴിഞ്ഞ തവണ അവരോട് പകരത്തിന് പകരം പൊരുതാൻ സമാജത്തിന് കഴിഞ്ഞു.

പക്ഷേ ഇക്കുറിയവർ കുറെ ഉയിരെടുത്തത് അരയക്കുടിലുകളെ ഞെട്ടിച്ചു. തോറ്റോടി എല്ലാം മറന്നുപോയെന്നുകരുതിയേടത്തു നിന്നും അവൻ കുതിച്ചു ചാടി. കരുതലുവേണമായിരുന്നു. പേടിച്ചോടിപ്പോയി തുറ വിട്ടുവെന്നു എന്നു വിചാരിച്ചതാണ് അബദ്ധമായതെന്ന് സുജാതൻ സങ്കടപ്പെട്ടു, പലതവണ. പുറത്തുനിന്നുള്ള സഹായവും ഇപ്പോൾ വേണ്ടത്ര കിട്ടുന്നുണ്ട്. സ്ത്രീകളെയൊന്നും പറഞ്ഞു പാട്ടിലാക്കാൻ ഒരുത്തനും പറ്റാത്തവിധം വനിതാവിങ്ങിന്റെ പ്രവർത്തനവും ഉഷാറായിട്ടുണ്ട്. പബ്ലിസിറ്റിക്കുവേണ്ടി പത്രക്കാരെയും ക്യാമറക്കാരെയും കൂട്ടി മരണവീടുകളിലേക്ക് ചോരമണത്തെത്തിയവരെ തടഞ്ഞതും രോഷത്തോടെ എതിരേറ്റതും തുറയിലെ പെൺസമാജക്കാരാണ്. പഞ്ചമിയും അക്കൂട്ടത്തിൽനിന്ന് ശൗര്യം കാണിച്ചു. അതുകൊണ്ടാശ്വാസം. ഇനിയൊരു നാലാം വേദക്കാരൻ ഒരു അരയത്തിയെ തേടിയും കടപ്പുറത്തെത്തില്ലല്ലോ. ഒരു സ്വയംസേവകന്റ ഹൃദയകാഠിന്യമുണ്ടായിട്ടും ഉള്ളിൽ കറുത്തമ്മ ഒരു നീറ്റലായി ഇപ്പോഴുമുണ്ട്; മരണത്തെ കൺമുന്നിൽ കണ്ട ആ രാത്രിയും. കടൽത്തീരം ക്ഷോഭം വെടിഞ്ഞ് മറിഞ്ഞ് മറിഞ്ഞ് തൊടാൻ കരയിലേക്ക് ഓടിയടുക്കുന്നേരം കറുത്തമ്മയുടെ ഓർമ്മ പളനിയെ ആർദ്രനാക്കും. ഉപ്പുകാറ്റ് പളനിയുടെ എണ്ണമിനുപ്പില്ലാത്ത കോലൻ മുടി ചിക്കിപ്പറത്തി. അത് മുഖത്തുരുമ്മിയുരുമ്മി ഇക്കിളിയിടും.

“പളനീ,.....” കാറ്റു വിളിച്ചു.

"പളനീ,.... കടലിൽ നിന്ന് വരുന്ന കാറ്റിന് സ്നേഹത്തിന്റെ സ്വരമാണ്. അത് ജാതി മറക്കാൻ പറയും, മതം മറക്കാൻ പറയും. ആണായി പ്പിറന്നവന്റെ അനുരാഗത്തുടിപ്പിലേക്ക് മൈനയാകാൻ ഏത് അരയത്തിയെയും ക്ഷണിക്കും. അത് ഹൃദയം തുറന്ന് സ്വീകരിക്കാത്ത ഒരു പെണ്ണും ഒരു കടപ്പുറത്തും ഉണ്ടാവില്ല...."

പളനി ഹൃദയ ഘനത്വം കാട്ടി:

"പോ. . മിണ്ടാത കടന്നുപോ നാശമേ,...."

അയാൾ രോഷത്തോട കൈയുയർത്തി. കാറ്റ് പേടിച്ച് ഒഴിഞ്ഞുമാറി.

"വീടൊഴിഞ്ഞുപോയ ഒരു നാലാം വേദക്കാരെനെയും തിരികെ വരാൻ അനുവദിക്കരുതെന്ന് ഗോപാൽജി പറഞ്ഞിട്ടുണ്ട്." അതുകേട്ട് ആവേശം കൊണ്ടവനാണീ പഴനി.

കൊമ്പൻ സ്രാവിനോട് ഒരു കൈച്ചൂണ്ടയുടെ ബലത്തിൽ ഒറ്റയ്ക്ക് നിന്ന് പൊരുതിയവനാണീ പളനി. പോ കടന്നു പോ.....

ആർക്കുവേണം അനുരാഗവും അനുരഞ്ജനവും ? ആട്ടിയകറ്റിയിട്ടും കാറ്റ് പിന്നെയും വന്ന് പളനിയെ തൊട്ടുരുമ്മി നിന്നു. കാറ്റിന്റെ മൃദു സ്പർശത്തിൽ പളനിയുടെ ഹൃദയം ആർദ്രമാവാൻ തുടങ്ങി. തലയ്ക്കകത്ത് മീനിളക്കം പോലെ. ഏതാണ് ശരി, ഏതാണ് വഴിയെന്ന ചുഴിക്കുത്തിൽ അയാൾ കിടന്ന് കറങ്ങി. "ഈ ചെയ്യുന്നതിനെല്ലാം ന്യായീകരണമുണ്ടോ? ജന്മനാടുവിട്ടവന്റെ വേദന, ഉറ്റവർ നഷ്ടപ്പെട്ട വേദന; ഇതെല്ലാം തന്നോളമറിഞ്ഞവർ ആരുണ്ട്?"

പളനി ചിന്താകുലനായി.

"പളനീ...." കാറ്റ് വീണ്ടും വിളിച്ചു.

"പളനീ, നിനക്ക് കറുത്തമ്മയോട് ഇഷ്ടം തോന്നിച്ചതും ഈ കാറ്റ്.

കറുത്തമ്മ പോയി. പെൺ വിദ്വേഷിയായി നടന്ന നിനക്ക് പഞ്ചമിയിൽ അനുരാഗമുണർത്തിയതും മറ്റാര്?"

എത്ര അകലത്തായാലും കടലിൽനിന്ന് വരുന്ന കാറ്റിന് ആരെയും രാഗവിവശരാക്കാനാവും. കടലിന് സ്നേഹിക്കാനേ അറിയൂ. ഈ കടൽക്കാറ്റിൽ സ്നേഹത്തിന്റെ, വിരഹത്തിന്റെ എത്രയോ ഗാനം പാടിപ്പതയുന്നുണ്ട്. എത്രയോ ഏകാന്ത മനസ്സുകളെ രാഗവിവശമാക്കുന്നുണ്ട്. കാറ്റിലലിയാത്ത സങ്കടങ്ങളൊന്നുമില്ല,ആർക്കും, നീ വിദ്വേഷം വെടിഞ്ഞ് എല്ലാരെയും; എല്ലാറ്റിനെയും സ്നേഹിക്കാൻ പഠിക്ക്. എത്രകാലമായി നീ ഈ കടൽ സ്പർശമറിഞ്ഞിട്ട്. നീയി കടലിലേക്ക് നിന്റെ തോണിയിറക്ക്. കടൽ നിന്നെ സ്നാനം ചെയ്തെടുക്കട്ടെ .

ഉപ്പുകാറ്റ് ഒരു സ്നേഹഗീതം മൂളിക്കൊണ്ട് പറന്നകന്നു. കടൽ അനാദിയായ ഇരമ്പത്തോടെ വന്ന് പളനിയുടെ കാൽപ്പാദം തലോടി. പളനി തിരയിലേക്ക് മറിഞ്ഞുരുണ്ട് കറുത്തമ്മാ കറുത്തമ്മാ എന്ന് വിളിച്ചാർത്തു.

---

* തകഴിയുടെ *ചെമ്മീൻ* അവസാന ഭാഗത്തെവരികൾ

പഴയ വാസസ്ഥലങ്ങൾ

ഓട് മേഞ്ഞ പഴയ കെട്ടിടങ്ങൾ മിക്കതും പൊളിച്ചുമാറ്റി. അവിടം വലിയ കോൺക്രീറ്റ് മന്ദിരങ്ങൾ കൈയടക്കി. അവയൊക്കെയും പലവിധ അലങ്കാരവസ്തുക്കളാൽ സമ്പന്നമാക്കിയിട്ടുണ്ട്. ഇടവഴികളുടെ മെലിഞ്ഞ നഗ്നതയ്ക്കുമേൽ ടാറിന്റെ തടിച്ചുവീർത്ത കറുത്ത വസ്ത്രം പുതച്ചിട്ടുണ്ട്. പാരലൽ കോളേജ് നടത്തിവന്നിരുന്ന ഓടിട്ട ചെത്തിത്തേക്കാത്ത കെട്ടിടത്തിന് മാത്രം കാര്യമായ മാറ്റങ്ങളൊന്നും വന്നിട്ടില്ല. ചുമരുകൾ വെള്ള പുതച്ചു; തറയോട് പാകി. അത്രമാത്രം.

ആളുകൾ എത്തിച്ചേരുന്നതേയുള്ളൂ. പലരെയും നേർത്ത പരിചയം പോലുമില്ല. ഇവിടെനിന്നും പിരിഞ്ഞശേഷം പഠിക്കാനെത്തിയവരാവും കൂടുതലും. ശ്രമിച്ചാൽ ചിലരെയൊക്കെ അറിയാനായേക്കും. കാലം ശരീരത്തിൽ വരുത്തിയ മാറ്റങ്ങളെ അതിജീവിക്കാൻ തക്കവിധം സൗഹൃദത്തിന്റെ തെളിഞ്ഞ കാഴ്ചക്ക് ശേഷി കൈവരാത്തത് കൊണ്ട് മാറിനിന്നു; പരിചയപ്പെടൽ പിന്നീടാവാമല്ലോ. ഈ പാരലൽ കോളേജിൽ ഇതേവരെ പഠിച്ച വിദ്യാർത്ഥികളെയും അദ്ധ്യാപകരെയും ചേർത്ത് ഒരു ഗെറ്റ്ടുഗദർ. ആരുടെ താല്പര്യമാണാവോ? അറിയില്ല. ഇതിപ്പോൾ എല്ലായിടത്തും ഒരു ശീലമായിരിക്കുന്നു. *ക്ലാസ്മേറ്റ്സ്* എന്ന സിനിമയിറങ്ങിയതിൽ പിന്നെ എല്ലായിടത്തും പഴയ വിദ്യാലയ ഓർമ്മകളെ തിരിച്ചു പിടിക്കാൻ ശ്രമങ്ങൾ നടക്കുന്നു. രാഷ്ട്രീയവും കലയും വിനോദങ്ങളും ഉൾച്ചേർന്ന വിദ്യാർത്ഥി ജീവിതത്തിന്റെ ഗൃഹാതുരതകൾ; അദ്ധ്യാപക ജീവിതത്തിന്റെയും. തിരിച്ചറിയാൻ അങ്ങനെയൊരു സിനിമ വേണ്ടിവന്നു മലയാളിക്ക്. കുടുംബവും കുഞ്ഞുങ്ങളുമൊത്ത് വരുമ്പോൾ സൗഹൃദത്തിന്റെ സ്വാതന്ത്ര്യത്തിന് അതിരുകൾ നിശ്ചയിക്കപ്പെടുമെന്ന് കരുതുന്നതിനാൽ തനിച്ചെത്താനാണ് സംഘാടകർ ആവശ്യപ്പെട്ടിരിക്കുന്നത്. അല്ലെങ്കിലും ഇവിടെ തനിച്ചല്ലേ വരാൻ പറ്റൂ. എന്നിട്ടും വന്നതിൽ പലരും സ്മാർട്ട്

ഫോണുകളിൽ കണ്ണുകളാഴ്ത്തിയാണ് ഇരിപ്പ്.

കവലയിൽ ഒട്ടേറെ സംഘടനകളുടെ പല കളറിലുള്ള പതാകകൾ വഹിച്ച കൊടിമരങ്ങളും ഓഫീസുകളും. പലമാതിരി കീറത്തുണികളുടെ വേദാന്തം. മിക്കതും സമുദായ സംഘടനകൾ. മുമ്പിവിടെ ഒന്നോ രണ്ടോ രാഷ്ട്രീയപാർട്ടികളുടെ കൊടിമരങ്ങളേ കണ്ടിരുന്നുള്ളൂ. മുപ്പതിലേറെ വർഷങ്ങളായി ഇവിടം വിട്ടിട്ട്. മൊബൈൽ ഫോണോ വാട്സാപ്പോ ഉപയോഗിക്കാത്തതിനാൽ ആരുമായും ബന്ധപ്പെടാനായില്ല. പാർട്ടിക്കാരോടും സർവ്വീസ് സംഘടനക്കാരോടും അന്വേഷിച്ച് കണ്ടുപിടിച്ചാണ് സംഘാടകർ ഗെറ്റ്ടുഗദറിന്റെ കത്ത് എത്തിച്ചത്.

കോളേജിനടുത്താണ് രാമേട്ടന്റെ ചായക്കട. ഹോട്ടൽ ജയ്ഹിന്ദ്. പുറംചുമരില്ലാത്ത തുറന്നുകിടന്നിരുന്ന കടയിൽ എപ്പോഴും ചൂടേറിയ ചർച്ചകൾക്ക് ക്ഷാമമില്ല; സ്വദേശിവടയ്ക്കും. അതിനിടയിൽ ഒരു ചെറു ചിരിയും ഇടയ്ക്കല്പം തമാശയുമായി തിരക്കിട്ട് നടക്കുന്നുണ്ടാവും രാമേട്ടൻ. ക്ലാസിന്റെ ഇടവേളകളിലെ ചായകുടി ഇവിടെയാണ്. ഈ ചായക്കടയിലാണ് ജ്യോതിയെ കാത്തുനിന്നിരുന്നത്. ആർക്കും ഒരസ്വാഭാവികതയും തോന്നാത്ത കാത്തിരിപ്പ്. ഇടയ്ക്ക് രാമേട്ടൻ ഒരു കള്ളച്ചിരി ചിരിക്കും. ചിലപ്പോൾ അവൾക്ക് കൊടുക്കേണ്ട കത്തോ പുസ്തകങ്ങളോ ഏല്പിക്കുകയും ചെയ്യും. പട്ടണത്തിലെ സർക്കാർ കോളേജിൽനിന്ന് ബസിറങ്ങി വന്ന് ഈ ചായക്കടയ്ക്കു മുന്നിലൂടെയാണ് അവളുടെ നടത്തം. കുറച്ചുനേരം ഒപ്പം കൂടും; നാട്ടിലേക്കുള്ള ബസ് വന്ന് മാറിക്കയറുന്നതുവരെ. ധാരാളം കച്ചവടപ്പീടികകളും ഹോട്ടലുകളും അന്യദേശക്കാരുടെ ജോലിയും താമസവുമെല്ലാമായി ഒരു അര പട്ടണത്തിന്റെ സ്വഭാവ സൗഹൃദങ്ങളിലേക്ക്. അയഞ്ഞ പ്രദേശമായിരുന്നതിനാൽ ആ നടത്തങ്ങളിലേക്കൊന്നും ഒളിഞ്ഞുനോട്ടങ്ങളുണ്ടായില്ല. നിരീക്ഷണ ക്യാമറകൾ ശ്രദ്ധിക്കുന്നുവെന്ന തോന്നലോടെ തികച്ചും അച്ചടക്കപൂർണ്ണമായിരുന്നു അന്നത്തെ പെരുമാറ്റങ്ങൾ. രാമേട്ടനിന്നില്ല. ഹോട്ടൽ ജയ്ഹിന്ദിന്റെ സ്ഥാനത്ത് കണ്ണാടിച്ചില്ലുകൾ കൊണ്ടടച്ച ഒരു ഫാസ്റ്റ് ഫുഡ് ഷോപ്പാണ്– ഫുഡ്പാലസ്. ഉയർന്ന പീഠത്തിൽ ഒരു ചെറുപ്പക്കാരൻ കണക്കുകളിൽ മുഖം പൂഴ്ത്തിയി രിക്കുന്നു. യൂണിഫോമിട്ട സപ്ലയർമാർ നിശ്ശബ്ദം തിരക്കിട്ട് അവരവരുടെ ജോലിയിൽ.

ചായക്കടയ്ക്കും നിരത്തിനുമപ്പുറത്തെ പഴയ സ്കൂൾ മൈതാനം ഇപ്പോൾ മതിൽകെട്ടി ബന്ധവസ്സാക്കിയിട്ടുണ്ട്. മുമ്പത്തെ തുറസ്സില്ല. സ്കൂൾ കെട്ടിടങ്ങൾ ഒന്നു രണ്ടെണ്ണം പൊളിച്ചുമാറ്റിയ സ്ഥാനത്ത് കോൺക്രീറ്റ് എടുപ്പുകളാണ്. മൈതാനത്തിന് മുമ്പ് അതിർക്കെട്ടുകളില്ലായിരുന്നു. വൈകുന്നേരങ്ങളിൽ സൊറ പറഞ്ഞിരിക്കാൻ; ചിലപ്പോൾ തനിച്ചിരിക്കാനും പൂഴിപ്പരപ്പിന്റെ വിശാലമായ സമതലം. ചില സന്ധ്യാനേരങ്ങളിൽ തനിയെ അവിടെ മലർന്നുകിടന്നാൽ നക്ഷത്രങ്ങളെ കാണാം. പ്രപഞ്ചരാശികളിലെങ്ങോ നിന്നും തിളങ്ങുന്ന ഒരു നക്ഷത്രം തൊട്ടുമുന്നിൽ വന്ന് നിന്ന് ചിരിച്ചു.

ഉടനെ ഒരു നല്ല ജോലി കണ്ടെത്തണം. അല്ലെങ്കിൽ കൺചിമ്മിത്തുറക്കുമ്പോഴേക്കും കെട്ടുപോവുന്ന ഒരു ബന്ധമാവും നമ്മുടേത്.

പ്രതീക്ഷയറ്റ പരീക്ഷകൾ ഒരുപാട് എഴുതിത്തീർത്തിട്ടുണ്ടെന്നും കൂടിക്കാഴ്ചകൾക്കൊടുവിൽ ചത്ത മനസ്സോടെ ഇറങ്ങിവന്നിട്ടുണ്ടെന്നു കേട്ടതും നക്ഷത്രം മേഘങ്ങൾക്കിടയിലേക്ക് മറഞ്ഞു.

സ്കൂളിന് മുന്നിൽ റോഡരികിലായി നട്ട ഗ്രാമപത്രം അയാളെ ശ്രദ്ധിച്ചു. കറുത്ത ബോഡിൽ മുകളറ്റത്ത് ഇരുകയ്യുകളും ആകാശത്തേക്ക് ഉയർത്തിനില്ക്കുന്ന വിശ്വമാനവന്റെ ചിത്രമുള്ള ബോർഡ് തുരുമ്പെടുത്ത് കെട്ടിരിക്കുന്നു. വർഷങ്ങൾക്ക് മുമ്പ് ഈ ബോർഡിവിടെ സ്ഥാപിച്ച അതേ സ്ഥാനത്താണിന്നും. സന്തോഷം തോന്നുന്നു. പക്ഷേ, അതിൽ മാസങ്ങൾക്കു മുന്നേ പതിപ്പിച്ച നരച്ച ഒരു പോസ്റ്ററാണിപ്പോഴും. പ്രദേശത്തെ കുട്ടികളിലും യുവാക്കളിലും ശാസ്ത്രബോധം വളർത്താൻ നടത്തിയ ശാസ്ത്രക്ലാസുകൾ, വാനനിരീക്ഷണ ക്യാമ്പുകൾ, ചരിത്ര ക്ലാസുകൾ, കലാജാഥകൾ.... ഒരു കാലം, ഒരൊഴുക്ക് പോലെ.

സ്കൂൾ മൈതാനത്തിലൂടെ അല്പം പിന്നിലേക്ക് നടന്നാൽ അമ്പലത്തിലേക്കുള്ള വഴിയാണ്. അത് പാടത്തേക്ക് തിരിയുന്നിടത്താണ് മുമ്പ് താമസിച്ചിരുന്ന ഓടിട്ട ചെറിയ വീട്. നാല് പാരലൽ മാഷന്മാർ ഒരുമിച്ചുള്ള താമസം. "ഖസാക്ക്" എന്ന് പേരിട്ടത് അന്നത്തെ ഭാവുകത്വ പരിസരത്തുനിന്നുള്ള വായനാനുഭവം കൊണ്ടാവാം. ചുമരിൽ ആ പേര് ഇപ്പോഴുമുണ്ടോ എന്നറിയാനൊരു കൗതുകം. വീടിന്റെ ചായ്പിലായിരുന്നു ഫിലിം സൊസൈറ്റിയുടെ ഓഫീസ്. ഇപ്പോൾ അമ്പലത്തിലേക്ക് പ്രത്യേക കവാടമുണ്ട്, സ്കൂൾ മതിലിനോട് ചേർന്ന് ഒരറ്റത്ത്. സ്കൂൾ മൈതാനത്തെച്ചൊല്ലി പഞ്ചായത്തും ക്ഷേത്രസമിതിയും തമ്മിൽ തർക്കമുണ്ടായപ്പോൾ അമ്പലക്കമ്മറ്റിക്കെതിരെയായിരുന്നു നാട്ടിലെ മിക്കവാറും ചെറുപ്പക്കാർ. അവരോടൊപ്പം ഖസാക്കും. ക്ഷേത്രവിശ്വാസികളായ ഒട്ടേറെ സൗഹൃദങ്ങൾ അന്ന് വഴിമാറിപ്പോയി.

മാഷേ എന്നൊരു പെൺവിളി. അയാളിപ്പോൾ മാഷല്ല; റവന്യു ഡിപ്പാർട്ട്മെന്റിലെ ഒരു ജൂനിയർ സൂപ്രണ്ടിന്റെ പണി ചെയ്യുന്നയാളാണെങ്കിലും മാഷെന്ന വിളി ഇന്ന് തീരെ അപ്രതീക്ഷിതവുമല്ല. കിതച്ചുകൊണ്ട് സൗഹൃദം കൂട്ടാൻ വന്നതാരാണെന്ന് ഓർമ്മയിൽ തപ്പിത്തടഞ്ഞെങ്കിലും കാഴ്ചക്കേടിന്റെ വെള്ളെഴുത്ത് മായുന്നില്ല

"മാഷേ, ഇത് ഞാനാണ്.... ഓർമ്മയുണ്ടോ ഞാൻ ജീവിച്ചിരിക്കുന്നത് തന്നെ മാഷെ ദയകൊണ്ടാണ്. ഒരുപാട് മാറിയിട്ടുണ്ട് മാഷ് എന്നാലും എനിക്ക് മനസ്സിലാവും, എവിടെവച്ചും, ഒരു നേർത്ത മിനുപ്പ്, പഴയ പ്രസരിപ്പിന്റെ ഒരു ചെറിയ തുടുപ്പ് ബാക്കി വന്നാൽ പോലും എനിക്ക് തിരിച്ചറിയാനാവും മാഷെ."

അവൾ ചിരിച്ചു.

ഏറെ തിരിച്ചും മറിച്ചും ചികഞ്ഞിട്ടും ശരിക്കും ഓർമ്മകിട്ടുന്നില്ല. കുറെ കുട്ടികളെ പഠിപ്പിച്ചതല്ലേ. അന്നൊക്കെ ക്ലാസിൽ എത്രയോ പെൺകുട്ടികൾ കാണും.

മുഖത്ത് കാലം മായ്ക്കാത്ത പഴയ പ്രസരിപ്പിൽ എന്തെങ്കിലും ബാക്കിയുണ്ടോ എന്ന് ശ്രദ്ധിച്ചു നോക്കി.

"മാഷേ, ഞാൻ ഷാഹിനയാണ്. ജീവിച്ചിരിക്കുന്നത് തന്നെ മാഷ് കാരണം. അതോർമ്മീണ്ടോ മാഷ്ക്ക്."

ഓർമ്മയിൽ പരതിയപ്പോൾ പ്രായത്തിൽ കവിഞ്ഞ വളർച്ചയോടെ ഒന്നാം വർഷ പ്രീഡിഗ്രി ബാക്ക്ബെഞ്ചിൽ തട്ടമിട്ട് പാതിമറഞ്ഞ മുഖം തെളിയുന്നു. ഒരു ദിവസം അവൾ ക്ലാസിലിരുന്ന് പൊട്ടിപ്പൊട്ടിക്കരഞ്ഞത് ഓർമ്മവരുന്നുണ്ട്.

നാല് പെൺമക്കളും രണ്ട് ആൺമക്കളുമുള്ള നിർദ്ധന കുടുംബ ത്തിലെ ഏറ്റവും മൂത്തപെൺകുട്ടി. പഠിപ്പിലൊന്നും മോശമായിരുന്നില്ലെങ്കിലും വീട്ടിലെ ദാരിദ്ര്യം കാരണം ഏറെ പ്രായവ്യത്യാസമുള്ള ഒരു മൂന്നാം കെട്ടുകാരനുമായി നിക്കാഹ് തീരുമാനിച്ചത് അപ്പോഴാണ് അറിയുന്നത്. ഏറെ പണിപ്പെടേണ്ടിവന്നു ആ കുടുംബത്തെ അതിൽനിന്നും പിന്തിരിപ്പിക്കാൻ. അവളുടെ പഠനച്ചെലവുകൾ കോളേജ് വഹിച്ചോളാമെന്ന ഉറപ്പിലാണ് ഒരു ദുരന്തം ഒഴിവാക്കാനായത്. ചില മതപുരോഹിതന്മാരും സമുദായ പ്രമാണിമാരും എതിരായെങ്കിലും കൂടുതൽ അനിഷ്ട സംഭവങ്ങളൊന്നുമുണ്ടായില്ല. ഉള്ളിൽ ചെറിയ പേടിയുണ്ടായിരുന്നെങ്കിലും ചെറുപ്പം നല്കിയ ചങ്കുറപ്പു കൊണ്ട് എതിർത്തുനില്ക്കാൻ പറ്റി. ചെറുപ്പക്കാരായ കുറച്ച് നാട്ടുകാർ ഒപ്പം നിന്നതും ഒരു ബലമായി.

അവളിപ്പോൾ ജോലി ചെയ്യുന്നുണ്ട്. ഇഷ്ടപ്പെട്ട ഒരാളിനൊപ്പം ജീവിക്കുന്നുമുണ്ട്, ഈ നാട്ടിൽത്തന്നെ.

അതിനുള്ള ചങ്കൂറ്റമുണ്ടാക്കിക്കൊടുത്തതും മാഷാണെന്നവൾ. "എന്നെങ്കിലും മാഷെ കണ്ടെത്തും എന്ന വിശ്വാസമുണ്ടായിരുന്നു. ഒരു വിലാസം; ഫോൺ നമ്പർ.... എത്രയാളോടാ അന്വേഷിച്ചതെന്നറിയ്യോ.... മാഷ് വാട്സാപ്പിലും ഫേസ് ബുക്കില്ലൊന്നുല്ലേ. സെർച്ച് ചെയ്താ കിട്ടുന്നൂല്ല."

പഴയ കാലത്ത് ഒരു ടെലിഫോൺ പോലും ആഡംബരമല്ലേ, പക്ഷേ ബന്ധങ്ങൾ ഉറച്ചതായിരുന്നു.

"ഏട്യാന്ന് യുക്തിവാദീ, ഉമ്മച്ചീന്യും കൊണ്ട് പോന്ന്. .
അമ്പലമിറ്റത്താ നായിന്റമോനേ നിന്റ്യെല്ലാം അയിഞ്ഞോട്ടം.... "

ഒരു ഓട്ടോ വഴി തടസ്സപ്പെടുത്തി തൊട്ടടുത്ത് വന്നുനിന്നതറിയുന്നു. നാല് ചെറുപ്പക്കാർ ചാടിയിറങ്ങി. നെറ്റിയിൽ നീളൻ കുങ്കുമക്കുറി; കൈയിൽ ചുവന്ന ചരട്. മുടി പിന്നിലേക്ക് കോതിവെച്ചിട്ടുണ്ട്.

മുന്നിൽ വഴിതടഞ്ഞ് നിന്നത് ചെകിടത്തേറ്റ അടികണക്കെയായി. ഷാഹിനയുടെ മുഖം വിവർണ്ണമായി, രക്തയോട്ടം നിലച്ചതുപോലെ.

"ഞങ്ങക്കറ്യോടാ കമ്മൂ നിന്ന. അത്രപെട്ടെന്ന് മറക്കാമ്പറ്റോ
എത്രകാലം കയ്ഞ്ഞാലും നിന്ന തിരിച്ചറ്യാൻ ബുദ്ധിമുട്ടില്ല
മറ്റേമോനെ...."

ഒരുത്തൻ അയാളുടെ കൈത്തണ്ട പിടിച്ച് തിരിക്കുന്നതിനിടെ പറഞ്ഞു.

"എന്റെല്ലം ചെറുപ്പത്തില് ഇന്നാട്ടില് നീ വന്ന് വെലസ്ന്നത് കണ്ടിറ്റ്ണ്ട്ഡാ.... അന്നേ ഓങ്ങിവെച്ചതാ ഞാൻ...."

പൊക്കം കുറഞ്ഞ മറ്റൊരുത്തൻ അയാളുടെ കഴുത്തിന് പിടിച്ച് തള്ളി.

"അതന്നത്തെ ഹിന്ദുക്കൾക്ക് അണ്ടിക്കൊറപ്പില്ലാഞ്ഞിറ്റാടാ മോനേ.... ഇന്നാട്ടില് ഉശിരുള്ള രാജ്യസ്നേഹികള് വളർന്ന്ണ്ട്ഡാ തെണ്ടീ...... നിന്റെ പയേ എടവാടൊന്നും എനിനടക്കൂല....

"നീയെന്തിനാടീ ഇവന്റൊപ്പരം പോന്ന്, എന്ത് പണ്യെടക്കാനാ...."

മൂന്നാമതൊരുവൻ ഷാഹിനയുടെ നേരെ കുരച്ചുചാടിയതും അവൾ മുഖം പൊത്തി പിന്നോക്കം മാറിനിന്നു.

നാലാമത്തവൻ ഒരു വടിവാൾ ഓട്ടോയുടെ പിന്നിൽ നിന്ന് വലിച്ചെടുത്ത് അയാളുടെ തൊണ്ടക്കുഴിക്ക് നേരെ ചൂണ്ടി.

"എനി ഒരിഞ്ച് പോയാ നിന്റ ശവാരിക്കടാ തെണ്ടീ....

വന്നവയ്ക്ക് രാജ്യം വിട്ടോ...."

കഴുത്തിലെ പിടിയയച്ച് രൂക്ഷതയോടെ നോക്കി അവർ ഓട്ടോയിൽ കയറി സ്റ്റാർട്ട് ചെയ്തപ്പോഴേ അയാൾക്ക് ശ്വാസം വീണ്ടെടുക്കാനായുള്ളൂ. വളവ് തിരിഞ്ഞ് മുന്നോട്ട് പോകുന്ന ഓട്ടോയെ നോക്കി സ്തംഭിച്ചുനിന്നുപോയി അയാൾ.

"മാഷേ, വേണ്ടായ്രുന്നു. ഞാൻ വന്നതോണ്ടാ മാഷ്ക്ക്....

ഒരുവിധത്തിൽ രക്ഷപ്പെട്ടത് നന്നായി. ഈ നാട് ജീവിക്കാൻ കൊള്ളാണ്ടായീ മാഷേ....."

അവൾ കരച്ചിലിന്റെ വക്കത്തോളമെത്തി.

അയാൾ തളർന്ന് അടുത്ത് കണ്ട ഒരു കലുങ്കിന്മേലിരുന്നു.

എവിടുന്നെങ്കിലും ഇത്തിരി വെള്ളം കിട്ടിയിരുന്നെങ്കിൽ ആശ്വാസമായേനെ.

ആശ്വസിക്കാൻ വരട്ടെ; ഇതിന്റെ മറുപുറത്ത് മറ്റൊരപകടം അയാൾക്ക് മണത്തു.

"രക്ഷപ്പെട്ടിട്ടില്ല ഷാഹിനാ, നീ വേഗം പോയ്ക്കോ.... ഇപ്പം മറ്റൊരു കൂട്ടരിങ്ങെത്തും, പർദ്ദയിടാത്ത ഫെമിനിച്ചി കാഫറിച്ചി ഒരു ഹിന്ദു പരപുരുഷന്റൊപ്പം.... ഈ നാട് ആകെ മാറിപ്പോയി മോളേ.... വേഗം പൊയ്ക്കോ....."

അയാൾ കലുങ്കിന്മേലിരുന്ന് കണ്ണ് കൂർപ്പിച്ച് അല്പം അകലെയായി തന്റെ പഴയ വാസസ്ഥലമന്വേഷിച്ചു നോക്കി. അടുത്തെങ്ങും കാണാനില്ല. ധാരാളം പുത്തൻ എടുപ്പുകൾ കാഴ്ചയെ മറച്ചുകൊണ്ട് നിവർന്നു നിന്നിരുന്നു.

എവിടെ ഖസാക്ക്....?

ബർഗ്മാനും ഫെല്ലിനിയും ഐസൻസ്റ്റീനും കുറൊസാവയും ഡിസീക്കയും തർക്കോവ്സ്കിയും ഉറക്കമിളച്ച് സംസാരിച്ച വരാന്തയെവിടെ.....?

ആർക്കൈവ്സിൽ നിന്ന് പി കെ നായർ അയച്ചുതന്ന *പഥേർ പാഞ്ചാലി*യും *നിർമ്മാല്യ*വും നിറച്ച സ്പൂളുകൾ കാണുന്നില്ലല്ലോ?

എവിടെ ജോൺ കള്ളും കുടിച്ച് പാട്ടും പാടിവന്ന് കിടന്ന ബെഞ്ച്...., കടമ്മനിട്ടയും വിനയചന്ദ്രനും ചുള്ളിക്കാടും കവിത പാടിയുണർത്തിയ രാവുകൾ.

ശാസ്ത്രകലാജാഥ കഴിഞ്ഞ് വന്നവർ വിശ്രമിച്ച മുറ്റം മറയ്ക്കപ്പെട്ടിരിക്കുന്നു.

ഒന്നും കാണാനേയില്ലല്ലോ....?

കണ്ണുകൾ കുഴഞ്ഞ് കുഴികുത്തുകയാണ്.

ഷാഹിന തിരിച്ചു നടന്നുതുടങ്ങിയിരുന്നു.

ഭയം

തുറന്നു വെച്ച വെള്ള പ്രതലത്തിലേക്ക് വാക്കുകൾ ചിറകൊതുക്കി വന്നിരിക്കാൻ മടിച്ചു. കനത്ത ഒരു വിങ്ങലിൽ കൈയിലെ പേന വിറച്ചു. ഇരുട്ടിൽ എമ്പാടും കനത്ത നിഴൽ രൂപങ്ങൾ ഉയരെ വളർന്നു വന്നു. അവയ്ക്ക് കോമ്പല്ലുകൾ മുളച്ചു വരുന്നത് ഞാൻ ശ്വാസമടക്കിപ്പിടിച്ചു കണ്ടു. എന്റെ മുഖം വിളറി! ശരീരം അസാധാരണമാംവിധം വിറപൂണ്ടു. പൊടുന്നനെ നിഴലുകൾക്ക് കനംവെച്ച് കരുത്ത് വർദ്ധിച്ചതുപോലെ യായി. മുഖപേശികൾ തണുത്തുമുറുകി. നിരാർദ്രമായ ഒരു സങ്കടത്തിലലിഞ്ഞ് എന്റെ കണ്ണുകൾ മറഞ്ഞു. ഭയം ഒരു നിശാവസ്ത്രമായി എന്റെ മേൽ പൊതിഞ്ഞു. ഒരലർച്ചയോടെ ഞാൻ ഞെട്ടി എഴുന്നേറ്റ് ലൈറ്റിട്ടു. കണ്ണുകളെ കുത്തിനോവിക്കുന്ന വെളിച്ചത്തിന്റെ തീക്ഷ്ണതയിലൂടെ ഞാനത് വ്യക്തമായും കണ്ടു. പിന്നിലേക്കും വശങ്ങളിലേക്കും ഒഴിഞ്ഞു മാറിപ്പോകുന്ന നിഴലുകൾ അലിഞ്ഞലിഞ്ഞ് വെളിച്ചത്തിലൊളിക്കുന്നു.

വെളിച്ചത്തിന് കോമ്പല്ലുകൾ മുളച്ചു വരുന്നു.

എന്റെ എഴുത്തു മേശ ഇപ്പോൾ ശൂന്യമായിരിക്കുന്നു. വിളറിയ കടലാസുകളിൽ ഇന്നലെവരെ കുറിച്ചുവെച്ച വാക്കുകൾ; സ്വാതന്ത്ര്യം, ജനാധിപത്യബോധം, സെക്കുലറിസം, കരുണ, സ്നേഹം, ആർദ്രത, മനുഷ്യത്വം.... എല്ലാം ഒളിച്ചോടിയിരിക്കുന്നു. അതിൽ നിന്ന് മുളച്ചുവന്ന ഒരോ മുനയും മൂർച്ചയോടെ എന്റെ കണ്ണുകൾക്ക് നേരെയും നെഞ്ചിലേക്ക് പകയോടെയും ആഞ്ഞുതിമിർത്തു വരുന്നതറിഞ്ഞ് ഞാൻ നിലവിളിച്ചു. നിലവിളി തൊണ്ടയിൽ കുരുങ്ങുന്നു. ഒച്ച ഒരു ആദിമമായ മൗനത്തിന് കീഴ്പ്പെടുന്നു. അത് ഒരാവർത്തനമായി എന്നെ വന്നു മൂടി.

*　*　*　*　*

ടൗൺഹാളിൽ കൽബുർഗി അനുസ്മരണം നടക്കുന്നതിനിടെയാണ് അയാൾ ദൃഷ്ടിയിലാദ്യമെത്തുന്നത്. ഏറ്റവും പിറകിലത്തെ നിരയിൽ പ്രവേശന കവാടത്തിനരികിലായി ഒരു കാവൽക്കാരനെപ്പോലെ നിലയുറപ്പിച്ചിരിക്കുന്ന ദൃഢകായൻ. കറുത്ത ആധുനിക വസ്ത്രങ്ങളിൽ മൂടിപ്പൊതിഞ്ഞ ആ അപരിചിതന്റെ കണ്ണുകളിലെ കുത്തിത്തുളയ്ക്കുന്ന ദാർഢ്യവും പാരുഷ്യവും എന്റെ വാക്കുകളുടെ വഴിയിൽ മുള്ളുകളായുടക്കി വേദനിപ്പിച്ചു കൊണ്ടിരുന്നു. വാക്കുകൾ ഏകാഗ്രത നഷ്ടപ്പെട്ട് വെറും ശബ്ദശകലങ്ങളായിപ്പിരിഞ്ഞു. കണ്ണുകളിലെ ദയാശൂന്യമായ തീക്ഷ്ണത വെടിയുതിർക്കാൻ സന്നദ്ധമായ ഒരു കൈത്തോക്ക് പോലെ എന്റെ നേർക്ക് നീണ്ടുവന്നു. അപ്പോൾ വെടിത്തുളയിൽ നിന്ന് ചോരവാർന്ന ഒരു വൃദ്ധരൂപം എന്റെ മനസ്സിൽ തുടിച്ചു. വസൂരിക്കല വീണ അപരിചിതന്റെ പരുക്കൻ മുഖത്ത് എടുത്തു പിടിച്ചപോലെയുള്ള പുച്ഛവും വെറുപ്പും എന്റെ വാക്കുകളെ തുടരെ ആക്രമിച്ച് ഛിന്നഭിന്നമാക്കിക്കൊണ്ടിരുന്നു. ജീവൻ നഷ്ടപ്പെട്ട സംസാരത്തിന് കാറ്റിലുലഞ്ഞ പായ്‌വഞ്ചിപോലെ ദിശ നഷ്ടപ്പെട്ടു. പ്രസംഗം ഒരുവിധം അവസാനിപ്പിച്ച് ആശ്വാസത്തോടെ സീറ്റിലേക്ക് പിന്നോക്കം വീണ് നോക്കിയപ്പോഴും അയാൾ എന്നെത്തന്നെ തുറിച്ചു നോക്കിക്കൊണ്ടിരിക്കുകയായിരുന്നു.

“മാഷെന്താ വേഗം നിർത്തിക്കളഞ്ഞത്....?”

മേശപ്പുറത്തെ കുടിവെള്ളപ്പാത്രത്തിലേക്ക് വിറയോടെ കൈനീട്ടുമ്പോൾ സംഘാടകരിലൊരാൾ ചോദിച്ചു.

“ഓ, നല്ല സുഖം തോന്നുന്നില്ല”

ഞാനല്പം ചിരിച്ചെന്ന് വരുത്തി, വെള്ളത്തിന്റെ തണുപ്പ് അന്നാളത്തെ അല്പം ശാന്തമാക്കി.

പരിപാടി കഴിഞ്ഞ് പുറത്തിറങ്ങുന്നേരം അയാൾ അവിടെത്തന്നെയുണ്ടോയെന്ന് ഒളികണ്ണിട്ട് നോക്കി;പക്ഷേ കണ്ടില്ല. എങ്ങോ മറഞ്ഞു നിന്ന് എന്നെ തന്നെ ലക്ഷ്യം വെച്ച് അയാൾ പിന്തുടരുന്നുണ്ടാവുമെന്ന തോന്നൽ ഓരോ ചുവടിലും അലോസരപ്പെടുത്തിക്കൊണ്ടിരുന്നു.

* * * * *

ഏറെ കഷ്ടപ്പെട്ട് നേടിയ ദീനവും ഹ്രസ്വവുമായ ഒരുറക്കത്തിന് ശേഷം വാതിൽ തുറന്ന് വീട്ടുമുറ്റത്ത് ചിതറിക്കിടക്കുന്ന ദിനപത്രങ്ങളെടുക്കാൻ ഒരുങ്ങിയപ്പോഴാണത് ശ്രദ്ധിച്ചത്: വരാന്തയുടെ ഒരു ഭാഗത്തായി ഭംഗിയേറിയ ഒരു പുഷ്പചക്രം. അതിലെ വയലറ്റുപൂക്കൾ എന്നെ നോക്കി വിളറിയ ഒരു ചിരിചിരിച്ചു. മദ്ധ്യത്തിലായി ഒട്ടിച്ച വെള്ളറിബണിന്റെ പ്രതലത്തിൽ മനോഹരമായ കൈയക്ഷരത്തിലെഴുതിയ കറുത്ത അക്ഷരങ്ങൾ എന്നെനോക്കി പറഞ്ഞു:

“ആദരാഞ്ജലികൾ”

നടന്നകലുന്ന കനത്ത പാദചലനം എന്നെ വീണ്ടും അസ്വസ്ഥനാക്കി. ഞാൻ ധടുതിയിൽ അകത്തേക്കോടി വാതിലടച്ച ശേഷം നിന്ന് കിതച്ചു.

വെള്ളപുതച്ച ചുമരുകളെന്നോട് അരക്ഷിതമായ ഖേദത്തോടെ പറഞ്ഞു.

"ഒരുങ്ങിക്കോളൂ; അകത്തേക്കാൾ പുറത്താണ് ശാന്തത; ആത്മരക്ഷയ്ക്ക് കൂടുതൽ നല്ലതും...."

അത് ശരിവെച്ചെന്നോണം പെൻഡുലത്തിന്റെ സമയം അളന്ന ശാന്തമിടിപ്പ് ഭയപ്പെടുത്തുന്നൊരു നിശ്ചലത അതിനുത്തരമായി ചിലച്ചു. അതെന്റെ ഹൃദയത്തിനു മേൽ പതുങ്ങിയിരുന്ന് തക്കം പാർത്തുകൊണ്ടിരുന്നു.

ഓ; എന്തൊരേകാന്തത; നിരാർദ്രവും കരുണയറ്റതുമായ വന്യ നിശ്ശബ്ദതയുടെ മുഴക്കം.... ഓ....

●